गोफ

वपु काळे

मेहता पब्लिशिंग हाऊस

Please contact us at **Mehta Publishing House Pvt. Ltd.,** Pune.
✆ +91 020-24476924 / 24460313 / Mob. No. 9545000513
Email : production@mehtapublishinghouse.com
Website : www.mehtapublishinghouse.com

- *या पुस्तकातील लेखकाची मते, घटना, वर्णने ही त्या लेखकाची असून त्याच्याशी प्रकाशक सहमत असतीलच, असे नाही.*

GOF by V. P. KALE

गोफ : वपु काळे / एकांकिकासंग्रह

author@mehtapublishinghouse.com

मराठी पुस्तक प्रकाशनाचे हक्क : मेहता पब्लिशिंग हाऊस प्रा. लि., पुणे.

संस्थापक : सुनील अनिल मेहता

प्रकाशक : मेहता पब्लिशिंग हाऊस प्रा. लि.,
१९४१, सदाशिव पेठ, माडीवाले कॉलनी, पुणे ४११०३०

मुद्रक : ट्रिनिटी अ‍ॅकॅडमी फॉर कॉर्पोरेट ट्रेनिंग लिमिटेड

मुखपृष्ठ : चंद्रमोहन कुलकर्णी

प्रकाशनकाल : सप्टेंबर, १९९४ / एप्रिल, २०२२ /
पुनर्मुद्रण : ऑक्टोबर, २०२५

किंमत : ₹ २२०

P Book ISBN 9788171613991
E Book ISBN 9789394258297
E Books available on : amazonkindle Apple Books Google Play Books

---

सुधीर आणि जयश्री
यांना हा
गोफ अर्पण

कोणत्या माणसाला आयुष्यात कोणता व्यवसाय करावासा वाटेल याचा अंदाज करता येणं, अशक्य आहे. उद्योग अयशस्वी ठरला तर त्याला उपद्व्याप म्हणतात; यशस्वी ठरला तर कल्पक, धोरणी, धाडसी ही विशेषणं तयार असतात.

सुधीर दामले आणि सौ. दामले यांची नावं घेतली, की पाठोपाठ 'नाट्यदर्पण' हा शब्द येतोच. हे नातं अतूट- नव्हे हे आता समीकरण झालं आहे. हा परवलीचा शब्द झाला आहे. 'नाट्य परिषद' या शब्दाचीही स्मृती उरलेली नाही. 'नाट्य' या शब्दाची सोयरीक गेली काही वर्षं 'परिषदेऐवजी 'दर्पण' शब्दाशीच जोडली गेली आहे.

वर्षानुवर्षं या दर्पणात नटी आणि सूत्रधाराची भूमिका दामले पतिपत्नींनी आनंदानं स्वीकारली आहे. मला तर नाट्यदर्पणऐवजी 'दामलेदर्पण' म्हणावंसं वाटतं. या दर्पणाचा आकार, मोठ्या नाट्यगृहाच्या 'प्रोसेनियम ओपनिंग' एवढा म्हणजे २२ ते २४ फूट उंची आणि चाळीस फुटांहून जास्त लांब एवढा आहे. गेल्या वीस वर्षांत या दर्पणाचा पारा कधी उडाला नाही आणि दर्पण सांभाळणाऱ्या दामल्यांचा पारा कधी चढला नाही. प्रत्यक्ष समारंभावेळी जो आवाज चढतो, त्याला संताप म्हणत नाहीत. ती असते चिंता, कळकळ आणि त्यामागेही नियोजित कार्यक्रम सुविहित व्हावा, ही एकमेव सद्भावना असते. यामुळेच दामले या दाम्पत्याची संस्था झालेली आहे. रंगदेवतेचे हे दोघे चालतेबोलते प्रतिनिधी आहेत. रंगदेवता आपल्या इच्छा, अपेक्षा, स्वप्नं, संझगिरी हाऊसमध्ये राहणाऱ्या सुधीर आणि जयश्रीला सांगते आणि मग ही जोडी त्या इच्छा-अपेक्षा-स्वप्नांचा तीनशेचौसष्ट दिवस पाठपुरावा करते.

कोणत्याही शुभकार्याच्या प्रारंभी श्रीगणेशाचे आशीर्वाद लागतात. नाट्यदर्पणच्या बाबतीत गणेशानंच संकल्पना मांडली.

गणेश सोळंकी हा तो आद्यपुरुष.

आज रंगभूमीवर चांगल्या चांगल्या नाट्यकृतींची सर्कस करणारे कलावंत आहेत. पण त्या काळात गणेश सोळंकीसारख्या गुणी कलावंताला, कलावंत म्हणून यश मिळवण्यासाठी तारेवरची सर्कस करावी लागली. नाटकाला जसे कलावंत लाभावे लागतात, त्याप्रमाणे कलावंतालाही नाटक लाभावं लागतं. रंगदेवता आणि रणदेवता या बहिणीच आहेत, हे मला पुन्हा सांगावंसं वाटतं. कोण जास्त बळी मागतो, सांगणं मुश्किल.

गणेश सोळंकीच्या बाबतीत तेच घडलं. सुधीरकडे गणेश सोळंकींनी संकल्पना मांडली. नाट्य परिषदांपेक्षा भिन्न स्वरूप हवं, जिथं कलावंत माहेरी धावणाऱ्या मुलींप्रमाणे येतील, असं संमेलन हवं. हा केवळ आनंदाचा महोत्सव असेल. 'मराठी रंगभूमी किती मागे आहे,' असे गळे काढण्यापेक्षा, इथं फुललेले मळे रसिकांसमोर ठेवू या... वगैरे चर्चा झाल्या.

नाट्यदर्पण उभा राह्यला.

पहिली दोन-तीन वर्षं सोळंकी होते. नाट्यदर्पणचा हा महावृक्ष पाहायला ते राह्यले नाहीत. पण गणेश सोळंकीच्या या दत्तकपुत्राला सुधीर-जयश्रीनं प्राणापल्याड जपलं.

या दर्पणात सुधीर-जयश्री आपल्याच प्रतिमा पाहत बसले नाहीत. मराठी रंगभूमीवरच्या एकूण एक कलावंतांसाठी आणि हजारो रसिकांसमोर हा अवाढव्य दर्पण या जोडीनं सांभाळला आहे.

नाट्यदर्पणचा हा सोहळा पहाटेपर्यंत चालतो. कलावंत आणि प्रेक्षक घरोघरी विश्रांतीला जातात आणि सुधीर-जयश्री 'पुढच्या वर्षी नवीन काय' याच्यामागे लागतात. श्रींचं विसर्जन अनंतचतुर्दशीला होताक्षणी, पेणला पुढच्या वर्षीच्या गणेशोत्सवासाठी शाडू भिजवला जातो, तसंच नाट्यदर्पणचं आहे. एका फोनवर माणसं जमतात. नव्या संयोजक-निवेदकासाठी स्वयंवर मांडलं जातं. अनेक नाटकांतून वर्षभर वेगवेगळ्याा भूमिका करून, सातत्यानं जी कलावंत मंडळी प्रेक्षकांसमोर असतात, त्यांच्यापैकी एकाला जरी 'नाट्यदर्पण' चा धूप लपेटून गेला नाही, तर 'हेच काय फळ मम तपाला' असं वाटतं.

सुधीर आणि जयश्री रंगमंचाच्या मागे, नाही तर विंगमध्ये असतात.

अनेक विविध उपक्रम करीत नाट्यदर्पणसाठी 'रौप्यमहात्सवी' वर्ष प्रतीक्षा करीत थांबलं आहे. अशा उपक्रमांपैकी एक महत्त्वाचा उपक्रम म्हणजे, रंगभूमीसाठी एकांकिका निर्माण करणं. चांगल्या लेखकांच्या कथा निवडणं आणि त्या स्पर्धकांकडून लिहवून घेणं. मग त्यांच्या स्पर्धा ठेवणं, निवड समिती ठरवणं, बक्षिसं देणं, वगैरे महाराष्ट्रातल्या अनेक सुप्त लेखकांचा शोध लागल; वाचनाची आवड संपली म्हणता म्हणता, नकळत अनेक वाचक निर्माण झाले.

साहित्याच्या एका फॉर्ममध्ये एक कल्पना मांडून झाली, की त्याच लेखकाला ती कल्पना वेगळ्या फॉर्ममध्ये बघता येत नाही. मतकरी, दळवी यांच्यासारखे अपवाद वगळायचे. कथाकार, कादंबरीकार यांच्या प्रमाणात नाटककार संख्येनं किती आहेत; आणि त्यांतही कानेटकर, तोरडमल यांच्यासारखे किती, हे मराठी प्रेक्षकांना, वाचकांना माहीत आहे.

दामले यांनी अनेक अपरिचित वाचकांना एकांकिका लिहिण्यासाठी उद्युक्त केलं. यातूनच एखादा यशस्वी एकांकिकाकार तयार होईल.

सुनील मेहतांनी हे पुस्तक छापायचं धाडस केलं. नावाजलेल्या लेखकाचं पुस्तक प्रकाशित करायला धाडस लागत नाही; म्हणूनच सुनीलचे आभार.

माझ्या कथांभोवती, वेगवेगळ्या लेखकांनी एकांकिकेच्या आविष्काराचा 'गोफ' विणला, त्या सगळ्यांचा मी आभारी आहे.

विद्यालयं आणि महाविद्यालयांच्या वार्षिक संमेलनांसाठी, हा गोफ उपयोगी पडावा, ही अपेक्षा.

– वपु काळे

अनुक्रमणिका

स्वप्नातल्या कळ्यांनो!

शंकर गोसावी

(स्थळ : रंगमंच.
एक कोपरा.
लेखकाची खोली. वेळ : लेखकाच्या सोयीप्रमाणे.
लेखक लिहिण्यास बसलाय. काही सुचत नसलेली अवस्था : थोडा वेळ लिहिता लिहिता ते वाचण्याची सवय.)

लेखक : रात्रीच्या स्वप्नाची चादर बाजूला करून जाग येईपर्यंत दिवसानं चांगला प्रसन्न प्रकाशसुद्धा अंगावर घेतला होता. घड्याळाचे काटे बघून घाईनं सर्व आटोपून गडबडीनं स्टेशनकडे धावलो. गाडी एखाद्या नवयौवनेसारखी भरगच्च भरली होती. दरवाज्यात उभं राहण्याशिवाय पर्याय नव्हता.
सहज लक्ष गेलं.

(‘मी’ आनंदात प्रवेशतो.
शीळ.)

लेखक : काय झालं, आज एकदम आनंदात?

मी : काय सांगू? आज स्टेशनवर एक घटना घडली. मी दरवाज्यात उभा होतो. भरलेली गाडी. जिन्यावरून एक बाई... पोरगी म्हण... धावत गाडी पकडायला येत होती. मी मनात म्हटलं, आपली बेट, ही पोरगी... ही बाई गाडी पकडू शकत नाही... फार तर, जेमतेम ही डब्यापर्यंत पोहोचेल... आणि गाडी सुटली. सिग्नल मिळाला होता ना, झालं तसंच. गाडी सुटली.

तरीही धावतेय्... धावता धावता ती माझ्या डब्याजवळ...
(मृणालिनी धावत येते.
बार पकडते.
'मी' तिला उजव्या हातानं वर उचलतो.
धाप शांत होते.
एका हातानं रुमाल काढून उचललं.
'मी' कडे वळते.
गोड हसते.)

मृणालिनी : थँक्स!
मी : ही गाडी पकडण्याएवढं अडलंच होतं का?
मृणालिनी : ...दोन लेटमार्क याअगोदर झालेलेच आहेत. आजचा तिसरा झाला असता आणि एक कॅज्युअल कमी झाली असती.
मी : कशावरून? ...लेटमार्क करणारा तुमचा हेडक्लार्क याच गाडीला असेल.
मृणालिनी : अशा वेळी हेडक्लार्क नेहमी पुढं गेलेला असतो.
मी : तुमच्या जिवापेक्षा कॅज्युअल जास्त मोलाची आहे का?
मृणालिनी : नोकरी म्हटल्यावर हे सर्व आलंच की... नोकरी म्हणजे मुळातच जीवन विकणं!
मी : आणि गाडी पकडताना काही घोटाळा झाला असता, म्हणजे मग किती लोकांना लेटमार्क झाला असता...?
मृणालिनी : छान! म्हणजे तुम्हाला आमची काळजी नाही, तर स्वतःलाच लेटमार्क होईल, याची काळजी! छान!
मी : काय करणार? जी काळजी तुम्हाला, तीच आम्हाला... सेलिंग इन द सेम बोट!
मृणालिनी : तसं म्हणू नका. ट्रॅव्हलिंग ऑन द सेम फूटबोर्ड!

मी	:	अरे, कमाल झाली! माझं लक्षच गेलं नाही. मला फूटबोर्डवर उभं राहायला आवडतं... पण तुम्ही आहात, हे लक्षातच आलं नाही.
मृणालिनी	:	चालायचंच, त्यात काय मोठंसं?
मी	:	...बरं, ते झालं. पण पुन्हा अशी गाडी पकडण्याचा प्रयत्न करायचा नाही.
मृणालिनी	:	मघाशी धावती गाडी पकडली, म्हणून सांगताय, पण खरं सांगू? त्याची आता मला धास्ती वाटू लागली आहे... पण तो क्षण तसाच मोहात पाडणारा होता. डोळ्यांसमोर जाणारी गाडी बघवत नव्हती...

(धडधडणारी गाडी बोरीबंदर स्टेशनात येते, ती/तो उतरतात.)

मृणालिनी	:	अच्छा!
मी	:	गेली.
लेखक	:	आज नेहमीपेक्षा गाडी लवकर आली ना, नाही तर मसजिद् आणि बोरीबंदरच्या मध्ये हमखास पाच मिनिटं तरी थांबते.
मी	:	जाऊ दे, यार. पाच मिनिटं काय, चांगली पंधरा-वीस मिनिटं एका बऱ्यापैकी सुंदर व्यक्तीच्या सहवासात गेली... हेही काही कमी नाही... बोलण्यात मागे हटणारी नव्हती. अशी माणसं हवीत वृत्तीनं. चार-सहा शब्दांची देवाण-घेवाण झाली, तर काही आकाश कोसळून पडत नाही. पण हल्लीच्या मुली... अशा काय वावरतात, की त्या स्वर्गातल्या अप्सरा, मेनका काही काळच या पृथ्वीवर आल्यात. अशा तोऱ्यानं आधीच सामान्य असलेल्या पोरी जास्त सामान्य दिसतात. पण ते त्यांना कळेल, तर ना... जान देव! ही तशी नाही. सकाळी ती नजरेसमोर हां हां म्हणता गर्दीत मिसळून गडप झाली. पण खरं सांगू, त्या गडप होण्यानं ती आता मला नव्यानं दिसतेय्. तिचे कुंदकळ्यांसारखे दात, गालावर पडणारी खळी... तिचा आकर्षक बांधा... बांधा... अरे, या हातांनी तिच्या कमरेला विळखा घालून उचललं... चला, ही ओळख काही टिकणार नाही. जो सहवास झाला, तो मात्र नक्कीच चांगला होता... परत भेट नाही.
लेखक	:	पण नाही. दोनच दिवसांनी ती परत त्याच गाडीला. पण गाडी येण्यापूर्वी भेटली. तिनंच...

मृणालिनी : हॅलो...

मी : आज कशा वेळेवर आलात?

मृणालिनी : वेळेवर आले. पण आज लक्ष सगळं घरीच आहे.

मी : का? काही खास?

मृणालिनी : अहो, काय झालं, आईला मी म्हटलं, 'मला लवकर जायचंय'

मी : मग?

मृणालिनी : मग काय... ती बिचारी लवकर उठली. सगळा स्वयंपाक केला. पण माझंच नाही आटपलं वेळेवर.

मी : तुम्ही न जेवता...?

मृणालिनी : हो, ना.

मी : काय?

मृणालिनी : मी तशीच निघाले न जेवता... इतकं लागेल आता तिच्या मनाला... मलाही चुटपूट लागलीय.

मी : तुम्ही असं करायला नको होतं. अहो, सगळी धावपळ या पोटासाठी. हो, की नाही?

मृणालिनी : हो.

मी : मग त्याला उपाशी ठेवून कसं चालेल? तुम्ही आता घरी जा. जेवा आणि या; आईलाही बरं वाटेल.

मृणालिनी : छे! आता शक्यच नाही. आईला बरं वाटेल, ही गोष्ट खरी; पण तिला बरं वाटायला हवं असेल, तर मला नोकरी सोडावी लागेल.

मी : मग सोडायची.

मृणालिनी : वा, वा! मग याचं काय? यासाठी तर सगळं...

(मृणालिनीची मैत्रीण येते. 'अय्या तू...? आम्ही लेडीज्‌मध्ये जातो. अच्छा' दोघं दोन दिशांना जातात.)

लेखक : त्या मुलीनं अगत्यानं ओळख ठेवली, यावरून तिच्या लाघवी स्वभावाची प्रचीती आली. आता तिला मैत्रीण म्हणणं गैर ठरलं नसतं... न जेवता घरून निघाली, म्हणून तिचं मन आईबद्दल हळहळत होतं. ती नक्कीच भावनाप्रधान होती... अजून तिचं नाव माहीत नाही. त्यावाचून काही अडलं होतं, अशातला भाग नव्हता. पण समजा, कुठं लांब दिसली, तर हाक कशी मारणार? 'शुक् शुक्' असंच करावं लागणार. ते काही नाही, पुढच्या वेळेस तिचं

नाव विचारायचं.

(दृश्यबदल. मृणालिनी मैत्रीणीसह जातेय्.
'मी' पाहतो.
लगबगीनं जवळ जाण्याचा प्रयत्न
शुक् शुक् करतो. तिनं निर्विकार चेहऱ्यानं 'मी' कडे
पाहणं.
मैत्रीण संशयानं.)

मी : ओळख विसरलात, वाटतं?

(ती निर्विकार.)

मृणालिनी : अगं, आमचा हेडक्लार्क आहे ना, तो अगदी...

(मैत्रिणीबरोबर बोलत जाते.
मी अवाक्. जातो.
दृश्यबदल.
मी येतो.)

लेखक : काय झालं? आज अगदी घामाघूम?

मी : काय सांगू? आज ती भेटली होती मैत्रिणीबरोबर. मी 'शुक् शुक्' केलं. म्हटलं, नाव विचारून घेऊ, तर ती अगदी निर्विकार. तिच्याबरोबर मैत्रीण. ती संशयानं बघायला लागली. तरी धीर करून विचारलं, 'काय? ओळख विसरलात, वाटतं?' तर एकदा बघितलं आणि सरळ मैत्रिणीबरोबर बोलत चालायलाच लागली. म्हटलं, आपली अधिक शोभा करून घेण्यापेक्षा इथून आता निघा. पण काही क्षण...

लेखक : हे शल्य फार घर करून राहिलं. जणू तिची ओळख झाल्याचं जे सौख्य मी मिळवलं, त्याची दामदुपटीनं भरपाई या शल्यानं वसूल केली. एका मुलीची ओळख झाल्यावर मी अगदी अधांतरी चालावं, अशी काही पृथ्वीमोलाची घटना नव्हती ती. पण त्या अपमानाचं मी एवढं का मनाला लावून घ्यावं? हां... तरी तीन-चार दिवस

खराब गेले खरे. आता ती जिथं असेल, त्याच्या विरुद्ध दिशेला आपलं तोंड, हे निर्विवादच!

(मी लेखकाच्या बोलण्याप्रमाणे वागतोय.
मृणालिनी येते. मी तोंड फिरवतो.)

लेखक : मी तोंड फिरवूनसुद्धा ती पुन्हा समोर आलीय.

मृणालिनी : तुम्ही 'कुंकू' सिनेमा पाहिलात?

(मी गप्प.)

मी : (रागात) पाहिला. का?

मृणालिनी : मग तुम्ही जवळ छत्री का बाळगत नाही? 'कुंकू'तल्या काकासाहेबांसारखी?

मी : म्हणजे?

मृणालिनी : म्हणजे असं. ओळखीचे लोक दिसले, की मान न फिरवता फक्त छत्री फिरवायची, म्हणजे माणसांना चुकवता येतं.

मी : त्यासाठी छत्री कशाला हवी? सरळ ओळख दाखवली नाही, की झालं. थोडा बेडरपणा अंगात हवा... आणि तुमच्याजवळ तो आहे, म्हणा.

मृणालिनी : काय म्हणालात?

मी : तुमचा ओळख न दाखवण्याचा अभिनय समजायचा, की आता आपण त्या गावचे नाहीत, हा अभिनय समजू? की दोन्हीही? अभिनय... मी जास्त काही बोलत नाही, किंवा उकरूनही काढत नाही. खरा प्रकार काय घडला, तो माझ्यापेक्षा तुम्हालाच जास्त चांगला माहीत. तेव्हा तुमच्या वागणुकीबद्दल मी जी काही संगती लावेन, ती तुमच्या दृष्टीनं चुकीची असणार. याचाच अर्थ, तुम्ही कराल, तो खुलासा मला पटणार नाही. तेव्हा त्या विषयावर गप्प बसणंच बरं.

मृणालिनी : तुम्ही गप्प बसाल, पण मी नाही बसणार, सांगा, काय प्रकार घडला?

मी : दोन-तीन दिवसांपूर्वी तुम्ही मैत्रिणीबरोबर जात होता, तेव्हा मी तुम्हांला 'शुक् शुक्' केलं. तर तुम्ही ओळख न दाखवता निघून

गेलात.

मृणालिनी : मी होते ती?

मी : मग?

मृणालिनी : माझ्यासारखी दिसणारी दुसरी कोणी तरी असेल आणि तुम्ही फसला असाल.

मी : म्हणजे तुम्ही...

मृणालिनी : तुम्ही अगदीच 'हे' आहात. अहो, पटकन् मला भेटायचं घरी येऊन आणि खुलासा करून घ्यायचा.

मी : छान! अजून तुमचं नाव माहीत नाही. मग पत्ता कसा कळणार घरचा? त्या दिवशी तुम्ही ओळख दाखवली नाहीत.

मृणालिनी : पाहा. परत तुम्ही तीच चूक करताय. त्या दिवशी ती मी नव्हतेच मुळी.

मी : बरं, तसं म्हणा. पण बघा. तुमचं नाव, ऑफिसचं नाव, साधारण राहता कुठं, हे जर मला माहीत असतं, तर त्या दिवशी ओळखही पटवून द्यायला मला वेळ नसता लागला. अहो, ती बरोबरची मुलगी... तुमच्याकडे ती चमत्कारिक नजरेनं बघायला लागली. तेव्हा मुकाट्यानं काढता पाय घेतला मी.

मृणालिनी : बरं, मग आता शिक्षा सांगा. आम्ही ऐकू ती.

मी : शिक्षा? मग पाहू काय द्यायची, ती. प्रथम नाव सांगा.

मृणालिनी : मृणालिनी देवधर.

मी : ऑफिसचं नाव सांगा. फोन नंबर सांगा...

मृणालिनी : फोनचा नाही हो, उपयोग.

मी : म्हणजे सारखा डेड असतो, की काय?

मृणालिनी : नाही. फोन आहे चालू. पण तो असतो हेडक्लार्कच्या खोलीत. फोन खाली ठेवेपर्यंत मारक्या म्हशीसारखा बघत राहतो. त्याची नजर नाही मला आवडत. सारखी लगट चालू असते.

मी : एकदा फायर करा.

मृणालिनी : सगळ्या नाड्या त्याच्याच हातांत. कॉन्फिडेन्शियल रिपोर्टमध्ये सूड घेईल, जाऊ दे. नुसतं बघून काय करेल? नंबर वाढेल त्याच्याच चश्म्याचा... नोकरी म्हटलं, की हे सगळं सहन करावं लागतंच.

मी : मला एकदा दाखवून ठेवा त्या हेडक्लार्कला. फोनवरून दम भरीन ऐसा, की सुनते रहो.

मृणालिनी : नको, बाई! भलताच परिणाम व्हायचा त्याचा. ते जाऊ दे, तुम्ही तुमचं नाव नाही सांगितलंत?

लेखक : मी माझं नाव सांगितलं... ऑफिसचं नाव, फोन नंबर... तीही माहिती सांगितली.

मृणालिनी : अच्छा... तुमचा राग गेला ना माझ्यावरचा?

मी : हो.

मृणालिनी : तुमच्या छत्रीचा खर्च वाचवला की नाही तुमचा राग काढून; आता ते छत्रीचे पैसे मला द्या.

(दोघंही हसतात मनसोक्त.)

लेखक : मृणालिनी अधूनमधून भेटत होती. आमची मैत्री वाढत होती. तिचा परिचय होऊन अवघे दहा-बारा दिवसच झाले होते; पण तिच्या मोकळ्या वृत्तीनं ही ओळख खूप दिवसांची- वर्षांची वाटत होती.

(मी, मृणालिनी दोघंही गाडीनं.
एकदा मी तिला विचारलं.)

मी : तुम्ही नोकरी किती काळ करणार, हो?

मृणालिनी : मग काय करायचं?

मी : मस्तपैकी लग्न करावं, सुखी व्हावं.

मृणालिनी : पण आता मी दुःखी आहे, म्हणून तुम्हाला कुणी सांगितलं?... आणि लग्न झाल्यावर मी हमखास सुखी कशावरून होईन! मी आत्ताच सुखी आहे.

मी : नक्की?

मृणालिनी : शेवटी सुख-दुःख म्हणजे तरी काय, हो, सांगा?

मी : ...

मृणालिनी : सुख म्हणजे स्वप्न. दुसरं काही नाही. जे मिळालेलं नाही, ते मिळालं आहे, अशी कल्पना करायची आणि त्यात स्वतःला विसरायचं.

मी : तेवढं अवघड नाही. रस्त्यावरून चालणारे लोक आपण मोटारवाले झाल्याची स्वप्नं पाहतात. त्या कल्पनेत ते खूश असतात.. विवाहित माणूस स्वतःला मधून मधून ब्रह्मचारी समजतो. बेकार स्वतःला

मोठी नोकरी लागल्याची कल्पना करतात आणि...

मी : आणि काय?

मृणालिनी : काही नाही. काही नाही. मी काही तरीच बोलले, असं समजा. (रडते)

(मी गोंधळतो.
गाडी थांबते.
ती अचानक उठते. गाडीतून उतरून जाते.)

लेखक : मी ऑफिस सोडून तिच्या मागे जाऊ शकत नव्हतो, म्हणून तिच्यामागे जाऊ शकलो नाही... दुपारी मृणालिनीची आठवण झाली. तिला फोन करावा, म्हणून मी फोनजवळ गेलो; आणि मग लक्षात आलं, की त्या दिवशी हेडक्लार्कविषयी बोलण्याच्या नादात मृणालिनीनं ऑफिसचंही नाव सांगितलं नव्हतं आणि फोनही दिला नव्हता.

(मी लेखकाच्या बोलण्याप्रमाणे वागणारा.)

मी : मी तुझ्यासारखं, तुझ्या म्हणण्याप्रमाणे का वागावं?

लेखक : मी लेखक आहे, म्हणून.

मी : तू लेखक. त्याचं बंधन माझ्यावर का?

लेखक : कारण मी तुला निर्माण केलंय. तू म्हणजे 'मी'. माझे अनुभव मी तुझ्यामार्फत वाचकांसमोर, प्रेक्षकांसमोर मांडतो. त्यांना ते आपले वाटावेत, त्यांनी आपल्या जीवनाचं प्रतिबिंब त्यांत शोधावं, त्यांत रमावं, त्यासाठी तरी तुला बंधन स्वीकारणं भाग आहे.

मी : तुझ्या बंधनामुळं मला माझ्यासारखं वागता येत नाही. तू ज्या रीतीनं लिहिशील, त्याच तऱ्हेनं मला चालावं लागतं. मला मान्य नाही. तू पेन बंद कर. मी जो शेवट करेन कथेचा, तो आपला म्हणून लिही.

लेखक : हरकत नाही.

(लेखक पेन बंद करतो. स्वस्थ बसतो.
दृश्य बदलते. सकाळ. वाट पाहणारा मी. मृणालिनी येते.)

मी : हॅलो...
मृणालिनी : नोकरी म्हटलं, की किती प्रॉब्लेम्स असतात.
मी : कसे?
मृणालिनी : आमच्या ग्रेड्स आता रिव्हाईझ होणार. पाच रुपये वाढ होणार.
मी : मग प्रॉब्लेम्स कसला?
मृणालिनी : आम्ही संपावर गेलो, तरच ही वाढ मिळणार.
मी : मग?
मृणालिनी : मला स्वत:ला संप वगैरे आवडत नाहीत. शांततेच्या मार्गानं मिळेल, ते खरं. नोकरीवरून काढलं, तर काय करायचं?
मी : सगळे संपावर गेले, तर तुम्हाला कसली आलीय् भीती?
मृणालिनी : त्याचा काय नेम! मला हे ऑफिस आवडतं! साहेबांचं माझ्याविषयीचं मत चांगलं आहे. मी काम पेंडिंग ठेवीत नाही. मी संपात सामील झाले, तर साहेबाचा माझ्याविषयी वाईट ग्रह होईल आणि तो मला नकोय. तेवढ्यासाठी मी ओव्हरटाईम करते. संध्याकाळी ऑफिस सुटल्यावरही थांबते केव्हा केव्हा.
मी : तुम्ही नाइलाज झाला, म्हणून संपावर गेलात, हे साहेबाला समजेल तुमच्या.
मृणालिनी : पाहायचं बाई, आता काय होतं ते.
मी : काही होत नाही. तुमच्या नोकरीला धोका नाही, एवढं नक्की.
मृणालिनी : मला, बाई, तेवढंच हवंय. अच्छा, निघू या! उशीर होईल.

(ऑफिसला जायला दोघंही दोन्ही दिशांना.
संध्याकाळ : मी येऊन वाट पाहतोय. मृणालिनी धावत येते.)

मृणालिनी : बरं झालं, बाई, भेटलात, ते. तुम्हाला गाठायचं, म्हणून अगदी धावत आले.
मी : पगार वगैरे वाढला, म्हणून पार्टी वगैरे देताय का?
मृणालिनी : पार्टी उद्या देईन.
मी : नक्की?
मृणालिनी : अगदी नक्की. आपण बाहेर जेवू. आमच्या आईलाही धावपळ करीत स्वयंपाक करायला नको. माझं काम निराळं होतं. देऊ का तुम्हाला त्रास?
मी : जरूर.

मृणालिनी : माझ्या घरी जाल?

मी : जाईन.

मृणालिनी : थँक्स.

मी : जाऊन काय करायचं?

मृणालिनी : काही नाही. आज तीस तारीख. आज आमचा 'पे डे!' मला घरी यायला खूप उशीर होईल, एवढंच सांगायचं. हा घ्या पत्ता.

(ती पत्ता देते.
'मी' वाचतो.)

मी : परस्पर पिक्चरचा बेत दिसतोय्.

मृणालिनी : छे, बाई. ऑफिसचंच काम.

मी : बरं, मी जाईन.

मृणालिनी : तुमचे किती आभार मानू?

मी : नुसत्या आभारावरच भागवणार का? उद्या पार्टी द्या, म्हणजे झालं.

मृणालिनी : ऑल राईट. जरूर. गुड नाईट.

मी : गुड नाईट.

(ती गडबडीने जाते.)

मी : लेखक महाशय, मी जिंकलो. मी म्हणालो असतो, तर कथा संपली असती. तुझ्या मनात तसा शेवट असला, तर म्हणून मी होय म्हणालो. तुला काय वाटतं?

लेखक : ...

मी : हूं. हरताना माणूस चिडतो, पण तू गप्प कसा? चल, मी मृणालिनीच्या घरी जातोय, येतोस?

(लेखक गप्पच! उठतो. जातो.
'मी' गेला, या अर्थी बघतो. मी जातो.
स्थळ : मृणालिनीचं घर.
दारावर'मी' टकटक करतो.
मृणालिनीचे वडील दरवाजा उघडतात.)

वडील : कोण हवंय?

मी : मी आपल्या मुलीचा, मृणालिनीचा निरोप घेऊन आलोय.

वडील : या, या. आत या... अहो, ऐकलंत का? चहा ठेवा. पाहुणे आलेत.

मी : चहा कशाला आत्ता?

वडील : घ्या, हो! प्रथमच येताय घरी.

मी : मृणालिनीनं सांगितलंय.

वडील : घरी यायला उशीर होईल खूप... असंच ना?

मी : माझ्याआधी कुणी तरी येऊन निरोप दिला का?

वडील : नाही. परिचयाचं झालं आहे. गेले तीन-चार महिने... म्हणजे नोकरीला लागल्यापासून असा उशीर होतोय.

मी : हो, का? नवल आहे. पगाराच्या दिवशी थोडं लवकरच घरी यायला मिळतं इतरांना.

वडील : नाही... पण तिला उशीर होतो, पार अगदी मी झोपल्यावर साडेनऊ-दहा वाजता येते ती.

मी : खरं म्हणजे, एवढ्या उशिरा, रात्रीचं पगार घेऊन मुलीनं एकटीनं येणं बरं नाही. आपण ऑफिसात तक्रार नाही केलीत?

वडील : तुमची तिची ओळख कशी झाली?

मी : तुमची मृणालिनी धावत गाडी पकडत होती. तेव्हा मी तिला सावरलं. तेही मला एकदा तुमच्या कानांवर घालायचं होतं. तिला एकदा सांगा तुम्ही. स्वतःच्या जिवापेक्षा नोकरी जास्त नाही.

(वडील फक्त हसतात.)

मी : का हसलात?

वडील : तुम्हाला खरं खरं सांगू? आमची मृणालिनी बेकार आहे.

मी : काय?

वडील : होय. तिला कुठंही नोकरी नाही. गेली पाच वर्षं ती प्रयत्न करीत आहे. एक ट्रॅजेडीच आहे ती. गेले तीन-चार महिने तिच्या डोक्यावर परिणाम झाला आहे.

मी : शक्यच नाही!

वडील : दुर्दैवानं ते खरं आहे. वास्तविक मृणालिनीला नोकरी हवी, असं नाही. पण तिला आपलं वाटतं, बापाला मदत करावी. मी चेष्टेनं तिला माझा मुलगाच आहेस तू, म्हणायचो. तेव्हापासून तिनं

नोकरीचं एक वेडच घेतलंय्.

मी : अहो, गेल्या महिनाभर तिनं मला ऑफिसातल्या...

वडील : अगदी खूप अडचणी सांगितल्या ना? हेडक्लार्क... ओव्हर टाईम... संप... लेटमार्क... हे सगळं?

मी : हो.. हे सगळं.

वडील : कारकुनी जीवनातील सगळी सुखदुःखं न अनुभवता आत्मसात केलीत तिनं. त्यांत ती रंगून गेली आहे पार. तुम्हाला सगळं ऐकवलं असेल; पण ऑफिसचं नाव, फोन नंबर दिला नसेल... होय ना?

मी : होय.

वडील : पहिला महिना मला पत्ता लागला नाही. ऑफिसातल्या बारीकसारीक गोष्टी मात्र ती इतक्या सांगत होती, की बस्स, विचारू नका... बसते कुठं, पंखा किती दूर आहे, खिडकीतून पुरेसा उजेड कसा येत नाही, टाईपरायटरची रिबिन वारंवार अडकते. मस्टर - क्लार्क कसा खडूस आहे... आणखी किती तरी. सगळी स्वप्नं... सगळी स्वप्नं... पहिल्या पगाराच्या वेळी समजलं. पण मी आणि ही गप्प आहोत. तिला त्या कल्पनेतल्या दुनियेतून बाहेर आणावंसंच वाटत नाही.

मी : पण चालण्या-बोलण्यांत शंकाही येत नाही.

वडील : येते. अगदी क्वचित. केव्हा केव्हा ओळख दाखवत नाही. माझ्याशी पण अनोळख्यासारखी वागते. पण परत दुसऱ्या दिवशी नेहमीप्रमाणे. काय सांगू तुम्हाला? फार भाबडी पोर आहे... आणि मनावर परिणाम करून घेतलाय, पाहा.

मी : तिला नोकरी नसल्याचं तुम्हाला समजल्याचं तुम्ही दर्शवलंत?

वडील : नाही, हो. त्या तिच्या भावनेला धक्काच लावावासा वाटला नाही... आणि तुम्हीही भासवू नका. अजून ती केव्हा केव्हा घरी आल्यावर म्हणते : आई, काम फार होतं... पिट्टा पडला अगदी. दहा मिनिटं पडते आणि मग येते बोलायला... कधी न जेवता लवकर जाते कामावर. परवा रेल्वेचं नवीन टाईमटेबल आणलं. फास्ट लोकलखाली लाल खुणा करून ठेवल्या पाहिजेत, म्हणत होती. पावसाळ्यात ऑफिसच्या दृष्टीनं छत्री बरी का रेनकोट बरा, याच्यावर चार दिवस विचार करीत होती. सांगा आता, या भावविश्वातून तिला जाग आणून मी काय मिळवू? 'साडेदहा ते

साडेपाच रोज काय करतेस,' हा प्रश्न असंख्य वेळा जिभेवर आला; पण गिळला तसाच. कारण ती पटकन म्हणेल, 'काही तरीच विचारता, बाबा. मी ऑफिसातच असणार, त्याशिवाय का पगार मिळतो?'

मी : आणि आज...

वडील : आज... आज मी झोपल्यावर ती घरी येईल. नेहमीच्या वेळेला तिला येववत नाही. पण उद्यापासून नेहमीचं राज्य. कामावर जाताना हिला ओरडून सांगेल. 'पगाराचं पाकीट गादीखाली ठेवलंय. त्यातले सगळे पैसे तुमचे. फक्त रेल्वेपासाचे पैसे बाजूला ठेव...' बसा, मी जरा चहा झालाय का, बघतो. (आत जातात.)

मी गोंधळलेला. उठतो. घराबाहेर पडतो. दृश्य बदलतं. 'मी' गप्प बसलोय. लेखक येतो. लिखाणाच्या टेबलाजवळ.)

लेखक : आज मृणालिनी देवधरच्या घरी जाऊन आलास... केलास कथेचा शेवट... जे घडायचं, ते अगोदर मी ठरवून ठेवलं होतं. त्यात तू बदल केला असतास, तर सर्वसामान्यांना ती कथा आपली वाटली नसती. त्यांना ही कथा वाचून असं वाटलं पाहिजे, अरे, हे तर आपण नेहमी वाचतो, ऐकतो, आपल्या आजूबाजूला कुठंतरी हे घडलंय. हेच माझं यश आहे... रागावलास, तुझा स्वप्नांना तडा गेला, म्हणून?

मी : नाही. पण...

लेखक : अरे, असंच घडलं, तर जगायला मजा येते... मर्यादित चौकटीत राहून स्वप्नं पाहतो आपण. एक भंगलं, की नवीन स्वप्नाची तयारी करायची. त्यात रमायचं. काही काही स्वप्नं अशी असतात, जी खरी वाटतात, त्यांत रमणं म्हणजे आयुष्य जगणं होतं. ती न भंगतील, असं जगायचं. जगायचं... चल, नवीन कथेला सुरुवात करू या.

(लेखक पेन उचलतो.
थोडा विचारात.)

लेखक : हूं... आज सकाळी दारावरची बेल निनादली. तसा हातातला पेपर

भिरकावून दार उघडलं. तर समोर ती उभी. मी स्वप्नात तर नाही ना?

(लेखकाच्या बोलण्याप्रमाणे मी उठतो. दारात मृणालिनी. तिला आत घेतो. लेखक बोलतोय. गाण्यांचे स्वर. ते ऐकत असतानाच पडदा.)

एका यक्षाची गोष्ट

विलास ठाकूर

(स्थळ : मध्यमवर्गीयांच्या हाऊसिंग सोसायटीतील एक ब्लॉक. मध्यमवर्गीयांच्या घरात जे काही असायला हवं, ते सारं वसंतरावांच्या ब्लॉकमध्ये दर्शनी दिसायला हवं... माणूस घरात एकटाच असल्यानं घरातल्या वस्तू थोड्या-फार इकडे तिकडे पडलेल्या... माणूस रसिक आहे... साहजिकच रसिकता नजरेत येईल, अशी घरातल्या वस्तूंची मांडामांड असावयास हवी... घराच्या बाल्कनीत बसून प्रेक्षकांशी सुसंवाद चाललेला आहे.)

वसंतराव : नमस्कार, मंडळी! वसंतराव सोनटक्के. हो... पण नाव जरी वसंत असलं, तरी आमच्या संसाराचा वसंत अद्याप बहरायचाय. त्याचं काय आहे, की आमच्या लग्नाला जरी चार महिने झाले असले, तरी आमची पहिली रात्र अद्याप साजरी व्हायचीय्... आता तुम्ही म्हणाल, माणूस बराच संयमी दिसतो... पण तसं काही नाही... आम्हीदेखील तुमच्यासारखेच... तर त्याचं असं आहे, मंडळी... कारण एकच आहे, तेही सबळ आहे आणि विशेष म्हणजे, पहिल्या रात्रीपेक्षा महत्त्वाचं आहे. हां... तसं म्हणाल, तर सारं काही आलबेल आहे... हा ओनशिपचा ब्लॉक... त्यातील ती प्रशस्त

बेडरूम... अगदी डबल बेडसकट... अहो, त्या बेडची मालकीण हवी ना... पडलात बुचकळ्यात... म्हणजे आमची सौभाग्यवती, हो... चि.सौ.का. सुवासिनी... सध्या वास्तव्य मु.पो. कलकत्ता... आता कलकत्त्याला का? ते आताच सांगण्याची गरज आहे, असं मला वाटत नाही. पण असं एकंदरीत आहे, एवढं खरं... आता तुम्ही म्हणाल, बायकोशिवाय चार महिने कसे काढलेत...? आहे, आहे... त्यावरही आमच्याकडे उपाय आहे... तर पहिलं म्हणजे, गेल्या चार महिन्यांत आम्ही हे असे यक्षाच्या बागेतून फेरफटका मारत आपल्याशी ह्या अशा गप्पा छाटत आलो. दुसरं, बायकोला पत्र लिहिणं आणि बायकोची पत्रं वाचणं... आणि तिसरं, शेजारची मिनी... हां... हां... गल्लत करू नका! मिनी म्हणजे... वय वर्षे साडेतीन फक्त... हां... तर आता ही यक्षाची बाग कुठं आली, बुवा?
अहो, यक्षाच्या गोष्टीतील ती यक्षाची बाग, हो... ती नाही का आपल्या क्रमिक पुस्तकातील... नाही आठवत...? विसरलात, वाटतं... अरे, इतकी चांगली गोष्ट तुम्ही विसरला, तर तुम्हाला काय म्हणायचं? अरे, उद्या तुम्ही तुमचं तारुण्य आणि मधुचंद्राची रात्रसुद्धा विसराल! असो... दुसरं काय म्हणत होतो... तर शेजारची मिनी, हो, फार गोड मुलगी! शेजारची म्हणण्यापेक्षा आमचीच जास्त आहे. अल्लड, नाजूक, चटपटी, बडबडी! अहो महाराजा, एकदा का आमच्या मिनीशी गट्टी जमली तर, तर मीच काय, पण तुम्हीदेखील तुमचं वय विसराल. (इतक्यात दारावर जोरजोरात थाप ऐकू येते, व एका लहान मुलीचे पुसटसे बोल ऐकू येतात, 'अंकल, अंकल, दार उघडा, मी तुमची गुड्डी आलेय्.') पाहिलंत? नाव काढताच स्वारी हजर. 'आलो, आलो, ग मिने.'

(असे म्हणत वसंतराव दार उघडतात... दारात मिनी फुलांचा गुच्छ घेऊन उभी... गाणं म्हणत, उड्या मारत, घरात प्रवेशते... वसंतराव तिच्यामागे... मिनी गाणं म्हणत...)

फुलं घ्या, फुलं... छान छान फुलं
माळ्याच्या बागेतली, रंगीबेरंगी फुलं
वेलीवरची फुलं... झाडावरची फुलं
देवबाप्पाच्या पूजेला फुलंच फुलं

हिरवी फुलं, तांबडी फुलं
नाना रंगांची खूप खूप फुलं

(इतक्यात वसंतराव मिनीला पकडतात व उचलून कडेवर घेत... 'अरे मिनीसारखी मुलं, देवाघरची फुलं! असे म्हणून तिचा गालगुच्चा घेतात.)

वसंतराव : मिनी... गधडे... इतकी फुलं कुठून आणलीस...? कुठल्या बागेवर डल्ला मारलास?
मिनी : आम्ही, किनई, तिकडे दूरच्या बागेत गेलो होतो.
वसंतराव : दूरच्या बागेत... म्हणजे यक्षाच्या होय?
मिनी : नाही, बुवा, आम्हाला त्या बागेचं नाव नाही माहीत. ही यक्षाची बाग कुठं आली हो, अंकल?
वसंतराव : ती गं, यक्षाची गोष्ट आहे ना...? त्यातली यक्षाची बाग...
मिनी : यक्षाची गोष्ट! अंकल, मला यक्षाची गोष्ट सांगा ना...
वसंतराव : यक्षाची गोष्ट... बरं, सांगतो हो... ऐक तर... मिनी, खूप वर्षांपूर्वी एक यक्ष होता... त्याची एक फुलांची खूप मोठी बाग होती. त्याला फुलांची खूप आवड असल्यानं त्यानं आपल्या बागेत तऱ्हेतऱ्हेची फुलझाडं लावली होती... त्या फुलझाडांवर नाना रंगाची फुलं यायची... साहजिकच त्या फुलांच्या आकर्षणात तुझ्यासारखी मुलं त्या बागेत गर्दी करायची... आणि रंगीबेरंगी फुलं खुडायची... आणि थोडी फार त्या बागेत नासधूसही करायची... त्यामुळं त्या यक्षाला राग आला. मुलांचा बंदोबस्त करण्यासाठी त्यानं एक नामी युक्ती काढली.
मिनी : काय केलं त्यानं?
वसंतराव : ऐक खरं तर... यक्षानं त्या बागेभोवती एक भरभक्कम दगडी भिंत घातली. त्यानं मुलं यायची बंद झाली... त्याला बरं वाटलं...
मिनी : दुष्टच आहे तो यक्ष...
वसंतराव : अगं, पुढची गंमत तर ऐक... त्याच वर्षी एक मोठा चमत्कार घडला... नेहमीप्रमाणे वसंत ऋतूचं आगमन झालं; पण बागेतली झाडं, फुलझाडं काही बहेरनात...
मिनी : (टाळ्या वाजवते.) बरं झालं... बरं झालं... असंच पाहिजे!
वसंतराव : साऱ्या नगरातील झाडांना पालवी फुटली... पण यक्षाच्या बागेतील

झाडं मलूल दिसू लागली... यक्षाच्या बागेवर वसंतऋतू रुसला.

मिनी : मग, रुसणारच!

वसंतराव : अशीच खूप वर्षं लोटली. यक्ष म्हातारा झाला आणि एके दिवशी अचानक चमत्कार घडला.

मिनी : काय झालं?

वसंतराव : यक्षाला एकाएकी सुगंध आला... म्हणून तो खुरडत खुरडत बागेत गेला... पाहतो तर काय... पानं- फुलं हसताहेत... वृक्ष डोलताहेत... छोटी छोटी झुडपं नाचताहेत... साऱ्या वातावरणात सुगंध भरलेला आणि दुसऱ्या बाजूला भिंत फोडून मुलं बागेत घुसलेली.

मिनी : छान... बरं झालं... मज्जाच मज्जा.. असंच पाहिजे!

वसंतराव : आणि मग यक्षाला त्या क्षणी कळून चुकलं... की लहान मुलं म्हणजे वसंतऋतू. अरे, मुलांना दूर लोटलंत, तर वसंत कसा फुलणार...? तर अशी ही यक्षाची गोष्ट.

मिनी : वा... छान गोष्ट आहे... पण, अंकल, पप्पा नाही मला कधी असली गोष्ट सांगत.

वसंतराव : मिने, अगं, मोठी माणसं किनई, असल्या गोष्टी पटकन विसरतात.

मिनी : मग तुम्ही नाही का मोठे!

वसंतराव : होय, मी पण मोठा आहे. पण माझ्या मिनूताईसाठी मला कधी कधी लहान व्हावं लागतं ना!

मिनी : हो ना, तर मग अंकल, तुम्ही आता छोटे व्हा... आपण सर्कस खेळू या... आमच्या बाईंनी किनई, आम्हाला सर्कशीतल्या विदूषकाचं गाणं शिकवलं आहे... अंकल, तुम्हाला माहीत आहे विदूषक?

वसंतराव : हो.

मिनी : मग तुम्ही विदूषक व्हा ना! मी गाणं म्हणेन... हं... चला ना!
(अभिनय करीत)
लांबनाक्या विदूषक, खेळ खेळतो बेलाशक
उंच टोपी उडवितो, आमचे चेंडू दडवितो
कोणालाही देतो टप्पल, कोणाचीही घालतो चप्पल
हास हास हासवितो, हाच आम्हाला आवडतो
रिंगणामध्ये करतो तोच सर्कशीतला राजा हाच
अंकल, अंकल, आता सर्कशीतल्या घोड्यासारखं हं. मी गाणं म्हणते.
घोडा आला घोडा

आता वाट सोडा
घोडा चाललाय् टप टप टप
चाबूक वाजे सप सप सप
टकाव टकाव, चल, रे घोड्या... टकाव

(असे म्हणत मिनी जोरजोरात वसंतरावांना गुडघ्यांवर पळायला लावते... वसंतराव खाली पडल्याचा आविर्भाव करतात.)

मिनी : नाय, नाय, विदूषक कधी दमतो का? अंकल! आता माकड व्हा...

वसंतराव : नको गं, मिने...
(तरीदेखील मिनी वसंतरावांना माकडासारख्या कोलांटउड्या मारायला लावते... वसंतराव... इकडून तिकडे... आडवे उभे माकडासारख्याा कोलांटउड्या मारतात... मिनी जोरजोरात हसते आहे... वसंतराव जमिनीवर गडागडा लोळू लागतात... मिनीला ते आवडून ती जोरजोराने हसू लागते... तिच्या हास्यात वसंतरावही सामील होतात. त्यांचा हा हास्यकल्लोळ चालू असतानाच मिनीचे पप्पा व मम्मी दारात उभे... चाललेला प्रकार पाहतात.)

मम्मी : (वसंतरावांना) वा... वा... छान...! तुम्ही असले प्रकार करता आणि तुम्ही नसलात की घरी तशाच गोष्टी ती त्यांना करायला लावते.

वसंतराव : (उठत.. निर्विकारपणे) मग कराव्यात की!

मम्मी : भावजी, तुमची तरी कमालच आहे! अहो, कराव्यात काय...? ह त्या दिवशी कामावर चालले होते... मीटिंग होती, म्हणून मुद्दामच सूट घातला होता... तेव्हा त्या पोरटीनं हट्ट केला, की 'लोलून दाखव, लोलून दाखव, म्हणून...'

वसंतराव : अहो, मग त्यात काय, लोळायचं की, बालहट्टापुढं सुटाचं काय घेऊन बसलात?

मम्मी : वा... भाऊजी, धन्य आहे तुमची!

पप्पा : (मध्येच) अहो, हे तर काहीच नाही, आता परवाचीच एक गंमत सांगतो तुम्हाला, वसंतराव...
(पप्पांना दटावणीच्या सुरात)

मम्मी : अहो,... काही तरी भलतंच काय सांगू नका!

पप्पा : तू थांब गं, हां... तर त्याचं काय झालं, वसंतराव... त्या दिवशी रात्री दहा वाजता आम्ही झोपलो... एका बाजूला मिनी... एका बाजूला मिनीची आई आणि मध्ये मी... मला वाटलं... मिनी झोपली...

मम्मी : अहो... तुम्ही तरी...

पप्पा : ते इतर सांगत नाही, गं... तर मला वाटलं, मिनीला झोप लागलीय्, म्हणून कूस बदलली... तेवढ्यात ही कारटी म्हणते... 'पप्पा, रडून दाखव...' च्या मायला, आता मला सांगा... चांगला बायकोजवळ झोपलो होतो... ती काय रडण्याची वेळ होती...?

वसंतराव : हां. . . इथंच चुकलं तुमचं...

पपप्पा : आमचं चुकलं?

वसंतराव : सॉरी... तुमचं नाही, आमचं म्हणजे आमच्या मिनीचं चुकलं...

पपप्पा : ते कसं काय?

वसंतराव : अहो, मिनीला वाटलं, की आपले पप्पा आपल्या जवळ झोपलेत... पण तसं नव्हतं... पप्पा झोपले होते...

मम्मी : चला... काही तरीच काय, भाऊजी! (मम्मी लाजून आत निघून जातात. पप्पा:... वसंतराव मोठ्या मोठ्यानं हसतात.)

वसंतराव : पप्पा, हे असंच होतं बघा आई-वडिलांचं प्रत्येक बाबतीत, अहो, जेव्हा आई-वडिलांना सवड असेल, तेव्हा मुलांना हुक्की येते...

पप्पा : हो. हे बाकी खरंय् हं. वसंतराव... अर बाप रे! चला बाजारात जायची वेळ झाली... मिनुबाई, चला आता... अंकलना काम आहे. चला... टाटा करा बघू अंकलना...

(असं म्हणत पप्पा मिनीला कडेवर घेतात. मिनी नाखुशीनंच जाते... अंकलना टाटा करते. वसंतराव दरवाज्यापर्यंत जातात... दरवाजा बंद करून घरात येतात... समोरच्या टेबलावरील सुवासिनीचा पत्रांचा गठ्ठा घेऊन बाल्कनीत येऊन खुर्चीत विसावतात व पुन्हा प्रेक्षकांशी संवाद...)

वसंतराव : तर बरं का मंडळी, ही मिनी एकदा घरातून गेली, की आमचा विरंगुळा म्हणजे सुवासिनीला पत्र लिहिणं व तिची कलकत्त्याहून आलेली पत्र वाचणं... वेळ तसा अगदी पटकन जातो. हो, आम्ही तशी अटच घालून ठेवलीय्, की काही झालं तरी आठवड्यातून

तीन पत्रं आलीच पाहिजेत... काय करणार बिचारी... ती तरी मजकूर कुठून आणणार... ती का तिथं मोकळी आहे...? कॅन्सरनं ग्रासलेल्या आपल्या वृद्ध आईची सेवा करण्यासाठी सुवासिनीला कलकत्त्याला राहावं लागतंय्... काही कर्तव्यं अशी असतात, की ती माणसाला टाळताच येणारी नसतात... लिहिते बापडी... अहो, मागच्या पत्रात तर मी सज्जड दम दिलाय्... की चांगली सहा सहा पानी जाडजूड पत्र लिही म्हणून... हां... तर मिनी एकदा घराबाहेर गेली, की ही अशी बैठक जमवायची आणि आकाशाकडे पाहत... सभोवतालचं निसर्गसौंदर्य न्याहाळत पत्राचं वाचन व पत्रलिखाण... बस्स! एवढंच काम... दुसरा धंदाच नाय (इतक्यात डोअरबेल वाजते... वसंतराव दरवाजा उघडतात, तो दारात पोस्टमन पत्र टाकून गेलेला असतो. वसंतराव ते पत्र (जाडजूड), कुतूहलानं न्याहाळत बाल्कनीत येतात. पत्र उघडतात... वाचतात.) पाहिलंत, पाहिलंत, मंडळी? हे सुवासिनीचं पत्र. काय काय डँबिसपणा केलाय्. आहे पत्र चांगलं सहा पानी; पण प्रत्येक पानावर एकच शब्द... वा! वा! लेकिन जवाब नहीं (एकदम खूश होत) या मौल्यवान सहा शब्दांसाठी, सखे, तुला शंभर गुन्हे माफ. मंडळी, काय लिहिलंय, माहितीय्? मी सोमवारी संध्याकाळी मुंबईला येत आहे. वा! म्हणजे चक्क आज वा वा क्या बात है. (असे म्हणत पत्र हवेत उडवत अत्यानंदानं खोलीत नाचत सुटतात... पत्राचे सहा कागद खोलीत इकडे तिकडे पसरतात) नाही, लेको, तुम्हाला नाही कळायचं, आम्ही असे वेड्यासारखे का नाचतो, ते! कारण तुमची पहिली रात्र केव्हाच साजरी झाली असेल. आता तुमची बायको माहेरी गेल्यावरच तुम्हाला रिलीफ मिळणार! पण माझं तसं नाय, मिस्टर... माझी आज पहिली रात्र आहे... वा वा! क्या मजा आयेगा! (असं म्हणत वसंतराव पुन्हा एकवार असेच उड्या मारत सुटतात व आपल्याच तंद्रीत असताना दारात काय चाललंय्, हे पाहण्यासाठी मिनीची मम्मी व मिनी येतात.)

मम्मी : काय, भावजी, हा काय प्रकार आहे...? (इतक्यात त्यांचे लक्ष खोलीत इतस्ततः पडलेल्या कागदांकडे जाते... मम्मी कुतूहलाने ते गोळा करतात व वाचतात... व अर्थबोध झाल्यावर...) तरीच!

(तेवढ्यात मिनी वसंतरावांकडे जाते.)

वसंतराव : वहिनी... मी... मी... हे.. हे.. हे.. जे काय करत होतो, ते तुमच्या घरात ऐकू आलं का हो!

मम्मी : होय तर! पण तत्पूर्वीच मी माझ्या कामासाठी तुमच्याकडे येणार होते. पण तेवढ्यात तुमच्या शिट्या ऐकू आल्या... मग हातांतलं काम टाकून आले.

वसंतराव : बरं, तुमचं काय काम आहे, सांगून टाका बघू झटकन, ताबडतोब करतो.

मम्मी : ते तुम्ही करणार, याबद्दल शंका नाहीच, हो... पण... आता नाही सांगत.

वसंतराव : का, हो?

मम्मी : (मिनीला वसंतरावांच्या कडेवरून घेत) मिनी, चलायचं आता, काकांना विसरायचं, बरं का!

वसंतराव : वहिनी, तुमचं काम तर सांगा, हो.

मम्मी : भावजी, आज किती महिन्यांनी तुमची बायको येणार आणि मी तुम्हाला काम सांगायचं, म्हणजे...

वसंतराव : अहो, सांगायला काय हरकत आहे? करायचं की नाही, ते मग बघू.

मम्मी : त्याचं काय आहे, भावजी, उद्या माझ्या भाच्याचं लग्न आहे.

वसंतराव : हो, तुम्ही सांगितलं ते काल... बरं मग? त्याचं काय?

मम्मी : लग्नाचं वऱ्हाड इथं उतरणार आहे.

वसंतराव : मग उतरू दे की.

मम्मी : भावजी, किती माणसं येणार, माहीत आहे का?

वसंतराव : अहो, अशी किती असतील...?

मम्मी : सतरा-अठरा असतील. मुलंच सात-आठ आहेत.

वसंतराव : असेनात का!

मम्मी : तुम्हाला आज रात्री झोप मिळणं कठीण आहे!
वसंतराव अहो, नाही तरी आजची रात्र कोण झोपतो?

मम्मी : (हसत... मार्मिकतेने) म्हणूनच आज तुम्हाला काम सांगू शकत नाही.

वसंतराव : नाही, नाही, वहिनी! अहो, झोपेचं काय घेऊन बसलात? तुम्ही तुमचं काम सांगा.

मम्मी : काय तसं विशेष नाही... आपलं नेहमीचंच... पाहुण्यांच्या गराड्यात

लहान मुलांची फार अबाळ होईल, म्हणून सांगणार होते, की आज मिनी तुमच्या घरी झोपेल.

वसंतराव : हात्तिच्या, एवढंच ना? अहो, त्यासाठी एवढी आडवळणं कशाला? तुम्ही अजिबात काळजी करू नका.

मम्मी : नाही... नाही... तुम्हाला उगाचच त्रास.

वसंतराव : (हसत) अहो, त्रास कसला? एकदा मिनी झोपली, की झालं. हां... मध्येच उठून बसत नाही ना... तेवढं सांगा (यावर मम्मी पुन्हा एकदा झक्कपैकी लाजतात व मिनीला घेऊन घरी जातात. दरवाजा बंद...वसंतराव हसत हसत पुन्हा पूर्वीच्याच मूडमध्ये येऊन प्रेक्षकांशी संवाद करतात... काही तरी चुकल्यासारखे) च्या मायला, पाहिलंत, मंडळी? आमचं हे असं होतं बघा! अहो, शेजार म्हटलं, की शेजारधर्म पाळायला हवा, हे सगळं ठीक; हो, पण आम्ही आज सुवासिनी येणार, या आनंदाच्या भरात एक चूक करून बसलो... साला, आमची ही ट्यूब (डोक्याकडे निर्देश करून) ऐन मोक्याच्या क्षणी जाते आणि अशी उशिरा पेटते, बघा... अहो, आता हेच बघा ना... चांगली चार महिन्यांनी बायको येणार... चार महिन्यांच्या विरहानंतर चांगली पहिली रात्र साजरी करायची सोडून... आम्ही मिनीला रात्रभर आमच्याकडे सांभाळायचं वचन देऊन बसलो वहिनींना... हॅट... साला, भलताच गाढवपणा करून बसलो बघा मी... (थोडा विचार करून... काही तरी मार्ग सापडल्यासारखे करत) हां... सापडला... मार्ग सापडला एकदाचा... नाही... नाही, कल्पना तशी मनाला पटत नाही... पण त्याला आमचा इलाज नाही, मंडळी... अहो, तुम्हीच थोडा विचार करा... तब्बल चार महिन्यांनंतर बायको भेटण्याची वेळ तुमच्या आयुष्यात आली, तर तुम्हीदेखील तेच केलं असतंत... तेव्हा, मंडळी, तुम्ही काय ते समजा... (इतक्यात डोअरबेल वाजते... वसंतराव धावतच दार उघडायला जातात... दार उघडतात... पाहतात, तो दारात सौभाग्यवती. वय वर्षे २५-२७, दिसायला शालीन... सोज्ज्वळ... एका हातात बॅग, पर्स प्रवासातून आल्या असल्या, तरी चेहऱ्यावर प्रसन्नता... वसंतराव आनंदाने...) ओ हो! सुवासिनी तू...? अगं, पण तू संध्याकाळी येणार होतीस ना...

सुवासिनी : (आत येत) अहो, मग आता काय दुपार आहे होय? चांगले साडे सहा वाजलेत आणि तेही सायंकाळचे, बरं का!

वसंतराव	:	अरे, बापरे! अगं, तू आज येणार या पत्रातील मजकुरात मी वेळेचं भानही विसरून गेलो बघ. बरं, ते जाऊ दे... अगं, मी नुसता बडबडत काय बसलो? हे बघ, सुवासिनी, तू आताच प्रवासातनं आलीस. सोबत हे एवढं लगेज! विश्रांती घे. बस बघू अगोदर!
सुवासिनी	:	अहो, साऱ्या प्रवासात बसूनच आले. आता आणखी विश्रांती कसली. थांब, मी वॉश घेते...
वसंतराव	:	ठीक आहे. मी चांगला झक्कपैकी चहा ठेवतो...
सुवासिनी	:	हा! अंहं, वसंतराव, आज तुमची बायको (प्रेमाने जवळ जात) आलीय्, हेदेखील विसरलात की काय? थांबा, मी चहा टाकते.
वसंतराव	:	बरं, बाई, ठीक आहे. तू वॉश घे बघू आधी... (सुवासिनी वॉश घेण्यासाठी आत जाते... इतक्यात दारावरची जोरजोरात थाप वाजते... मिनी दारात उभी...)
वसंतराव	:	कोण, मिनी...? मिने, अगं लबाडे, कोण आलंय् बघ...
मिनी	:	(घरात येत) आम्हाला माहीत आहे, तुमची बायको आलीय ना?
वसंतराव	:	अगं गधडे, बायको माझी, तुझी काकू!
मिनी	:	त्यात काय, आमच्या मिस् म्हणतात, की काकाच्या बायकोला काकू म्हणतात, मग मी काकूऐवजी तुमची बायको म्हटलं, तर काय चुकलं?
वसंतराव	:	तरीसुद्धा लहान मुलांनी मोठ्या माणसांशी आदरार्थी बोलायचं!
मिनी	:	(मान खाली घालत...) सॉरी, अंकल...
वसंतराव	:	दॅटस् लाईक अ गुड गर्ल... बरं, ए मिनुताई, तुझ्यासाठी तुझ्या काकूनं काय आणलं असेल, ओळख बघू!
मिनी	:	(विचार करीत) काय असेल बरं...? हां... खाऊ...
वसंतराव	:	छट्... खाऊ तर आहेच, गं... पण दुसरं काही...
मिनी	:	दुसरं... दुसरं... नाही सांगता येत... अंकल, तुम्हीच सांगा ना...
वसंतराव	:	मी नाही सांगणार. तू तुझ्या काकूलाच विचार!
मिनी	:	बरं... मी विचारते... पण काकू कुठाय्?
वसंतराव	:	काकू ना... ती वॉश घ्यायला गेलीय्... पण तिची एक अट आहे...
मिनी	:	कसली?
वसंतराव	:	तिनं तुला प्रेझेंट दिलं, की तू तिला त्या प्रेझेंटच्या बदल्यात एक गाणं म्हणून दाखवायचं... दाखवणार का...?
मिनी	:	हो.
वसंतराव	:	प्रॉमिस?

मिनी : प्रॉमिस!

वसंतराव : मग मीच सांगतो, मिनी, तुझ्या काकूनं तुझ्यासाठी जादूची बाहुली आणलीय.

मिनी : काय? जादूची बाहुली! गुड्डी! (असं म्हणत अत्यानंदानं नाचत सुटते... इतक्यात सुवासिनी बाहेर येते... ती मिनीकडे पाहते... व कौतुकाने...)

सुवासिनी : वा वा, मिनूताई... छान! (मिनी पटकन लाजून काकाकडे जाते.)

मिनी : काकू, मला जादूची बाहुली दाखवा ना!

वसंतराव : पण प्रथम मघाशी प्रॉमिस दिल्याप्रमाणे बाहुलीचं गाणं म्हणायचं हं, मिनूताई!

मिनी : पहिली बाहुली, मग गाणं. (सुवासिनी मिनीला बाहुली देते)

वसंतराव : हं... कर सुरुवात...

मिनी : उद्या, बाई, माझ्या बाहुलीचं आहे लगीन.
सार्‍यांनी यायचं वर्‍हाडी होऊन.
चंदेरी साडी, चोळी जरीकाठ लावून केली
उद्या माझी सोनी कशी दिसेल खुलून
उद्या, बाई, लगीनघाई, कुणी रुसायचं नाही!
आणि लगीनघाईत कुणी हरवायचं नाही! कुणी हरवायचं नाही

(आणि मिनी नाचू लागते... इतक्यात पप्पा मिनीला शोधत प्रवेश करतात.

दारावरची बेल वाजते... वसंतराव दरवाजा उघडतात... दारात पप्पा.)

पप्पा : वसंतराव, मिनी अलीय् का, हो?

वसंतराव : हो, ही काय आहे ना!

पप्पा : गधडी, पटकन डोळा चुकवून केव्हा आली, कळलंदेखील नाही! (इतक्यात सुवासिनीकडे पप्पांचे लक्ष जाते)

पप्पा : अरे, वहिनी? केव्हा आलात?

सुवासिनी : मघाशीच आले. नमस्कार करते, भावजी!

पप्पा : आईची तब्येत ठीक आहे ना!

सुवासिनी : हो. ठीक आहे. म्हणून तर येता आलं. थांबा भावजी, चहा टाकते.

पप्पा	:	नको वहिनी, आज जरा घाईत आहे... 'पुन्हा केव्हा तरी चहाला येऊ,' असं म्हणत पप्पा मिनीला घेऊन जायला निघतात... इतक्यात वसंतराव सुवासिनीला. वसंतराव : आण आण, सुवासिनी, चहा आण. बसा, हो पप्पा... पाच मिनिटं...

(सुवासिनी आत जाते, या संधीचा फायदा घेऊन वसंतराव पप्पांना...)

वसंतराव	:	पप्पा, मला तुम्हाला आज काही सांगायचंय्... पण सांगावं, की नाही, याबद्दल संकोच वाटतोय!
पप्पा	:	अहो सांगा की, त्यात संकोच कसला?
वसंतराव	:	त्याचं काय... मघाशी मी वहिनींना मिनीला आज रात्री आमच्याकडे झोपायला घेईन, असं म्हणालो होतो... पण...
पप्पा	:	अरे यार, इतकंच ना... वसंतराव, तुम्हाला आज सबकुछ माफ है!
वसंतराव	:	अहो, पण ऐकून तर घ्या ना...
पप्पा	:	बोला!
वसंतराव	:	त्याचं काय, सुवासिनीला 'फ्ल्यू' झाल्यासारखं वाटतंय्... म्हणून मिनीला आज आमच्या घरी... तरीही मी सांभाळलं असतं... पण मला ते प्रशस्त वाटत नाही.

(इतक्यात सुवासिनी चहा घेऊन येते.)

पप्पा	:	अहो, त्याचं काय एवढं वाटून घेताय्? (चहाचा कप घेत.) अहो, हिच्या भावांची मुलं आलीत ना... त्यांच्यात ती रमली पण आहे.

(सुवासिनी मिनीला घेते.)

पप्पा	:	चला, मिनूताई, आता घरी चला, ममं करायचीय ना आता? आणि मग गाई करायची. चला, अंकलना टा टा करा, बघू, काकूला पण टाटा करायचा हं... चला. बरं... वसंतराव, वहिनी, येतो. गुड नाईट.

(असे म्हणत पप्पा-मिनी बाहुली घेऊन निघून जातात. वसंतराव अधीरतेने दार बंद करतात... सुवासिनीची नजर घरातील इतस्ततः

पडलेल्या वस्तूंकडे... कुतूहलानं, प्रेमानं बघत... एक एक वस्तू उचलून घर आवरायला घेते... वसंतराव दारातच... सुवासिनीच्या हालचालींकडे पाहत उभे... सुवासिनीचं लक्ष नाही... दोघंही एकमेकांकडे भावनावेगानं ओढली जाऊन एकमेकांच्या मिठीत असतानाच... रंगमंचावर काळोख)

प्रवेश :

(वेळ : सायंकाळ म्हणजे ४ ते ५ दरम्यानची... दारावरची बेल वाजते. सुवासिनी दार उघडते... वसंतराव हताश मुद्रेने प्रवेश करतात... काही तरी विपरीत घडलेले...)

सुवासिनी : काय झालं? लागला का कुठं शोध मिनीचा?

वसंतराव : नाही, जिथं जिथं शोध घेणं शक्य होतं, तिथं तिथं शोध घेतला. पण कुठंच पत्ता नाही.

सुवासिनी : मंगल कार्यालयात जाऊन पाहिलंत?

वसंतराव : हो... सकाळी जेव्हा मिनीच्या पपांनी मिनी हरविल्याचं सांगितलं, तेव्हा प्रथमतः मी मंगल कार्यालयात गेलो. तिथं पाहुणे मंडळींखेरीज दुसरं कुणीच नव्हतं. बरं, तिथंदेखील तिला पाहिल्याचं कुणी सांगत नाही. जवळपासची सारी मैदानं, गार्डन्स पालथी केली. पप्पा-वहिनींच्या जवळपासच्या नातेवाइकांकडे जाऊन पाहिलं; पण तिथंही ती सापडली नाही.

सुवासिनी : फक्त एका रात्रीत... एवढी माणसं घरात असताना... मिनी कुठं आणि कशी जाऊ शकते?

वसंतराव : तेच काही कळत नाही.

सुवासिनी : असं अनपेक्षितपणे घडलं, की नको ते संशय मनात येतात...

वसंतराव : शहरातली सारी हॉस्पिटल्स पालथी घातली. जे.जे., जी.टी., के.ई.एम., नायर सगळीकडे चौकशी केली. सरकारी आणि म्युनिसिपालिटीची हॉस्पिटल्स... एकाला काढावं आणि एकाला झाकावं... साली, सगळी बजबजपुरी...!

सुवासिनी : थांबा... मी चहा आणते...

वसंतराव : नको... भरपूर चहा झालाय्... दिवसभर जेवण नाही. पोलीस स्टेशनला गेलो... तिथं मिनी हरवल्याची तक्रार नोंदवलीय. पप्पांना मिनीचा एखादा फोटो असल्यास शोधायला सांगितलंय मी. पण

तोपर्यंत आपल्या लग्नाच्या अल्बममध्ये मिनीचा फोटो सापडतोय का पाहतो... पोलीस थोड्या वेळानं चौकशीसाठी इकडे येतील, तेव्हा सापडलाच फोटो, तर त्यांना देता येईल तो. तू असं कर... तू मिनीच्या घरी जा. वहिनी बिचाऱ्या दिवसभर रडताहेत. त्यांची जरा समजूत काढ... त्यांची तर अवस्थाच बघवत नाही...

सुवासिनी : ठीक आहे. मी जाऊन येते.

(सुवासिनी मिनीच्या घरी जाते... वसंतराव टेबलातील स्वतःच्या लग्नाचा अल्बम चाळताहेत... त्यात कुठं मिनीचा फोटो सापडतो का, हे पाहताहेत... काही काळ जातो... दरवाज्याची बेल वाजते... वसंतराव अल्बम बाजूला ठेवून दरवाजा उघडतात... दारात इन्स्पेक्टर व हवालदार...)

इन्स्पेक्टर : नमस्ते, वसंतराव... येऊ का आत? सकाळी आपल्याला सांगितल्याप्रमाणे मी आपल्याकडे चौकशीसाठी आलोय्... बंडोपंत म्हणजे मिनीच्या पप्पांकडे गेलो होतो. तिथल्या लोकांचे जाब-जबाब घेतले... आपण घरी असल्याचं कळलं. मिनीचं येणं आपल्याकडे जास्त असायचं... तेव्हा म्हटलं, आपल्याला काही प्रश्न विचारावेत... म्हणून इथपर्यंत आलो.

वसंतराव : अहो, इन्स्पेक्टर महाशय, सकाळी सारं काही विचारलंत, अजून काय बाकी आहे?

हवालदार : त्याचं काय आहे, वसंतराव, बेपत्ता प्रकरणात केवळ एकदाच चौकशी करून चालत नाही... अहो, जेव्हा शंभर प्रश्न विचाराल, तेव्हा कुठं एक धागा मिळतो...

वसंतराव : ठीक आहे. विचारा तर...

हवालदार : मिनी हरवली, तेव्हा तुम्ही कुठं होतात?

वसंतराव : सकाळी सांगितलं ना, की मी माझ्या घरी होतो, म्हणून...

हवालदार : तेव्हा तुम्ही काय करत होतात?

वसंतराव : का?

इन्स्पेक्टर : हे बघा, सोनटक्केसाहेब, विचारलेल्या प्रश्नांची उत्तरं द्या.

वसंतराव : इन्स्पेक्टर महाशय, मिनीच्या शोधाशी या प्रश्नाचा संबंध आहे, असं मला वाटत नाही.

हवालदार : ते पोलीस डिपार्टमेंट ठरवील.

वसंतराव : हे बघा, मी या प्रश्नाचं उत्तर देऊ इच्छीत नाही.

हवालदार : का?

वसंतराव : धिस इज हॅरॅसमेंट.

इन्स्पेक्टर : रागावू नका, वसंतराव, पोलिसांना तुम्ही सहकार्य दिलंत, तर शेवटी फायदा तुम्हालाच होणार.

वसंतराव : मी घरीच होतो...

हवालदार : काय करीत होतात?

वसंतराव : बायकोजवळ झोपलो होतो. आणखी सविस्तर तपशील हवाय का?

हवालदार : नको... ठीक आहे. ठीक आहे... बरं, मिनीची उंची किती असेल, हो?

वसंतराव : नक्की सांगता येणार नाही... अंदाजे सांगतो...

हवालदार : हे असंच होतं... तुमच्या अंगाखांद्यांवर खेळणारी मुलगी आणि तुम्ही तिची उंची सांगू शकत नाही.

वसंतराव : हवालदार, मी आपणास प्रश्न विचारू काय?

हवालदार : विचारा की.

वसंतराव : तुमचं लग्न झालंय?

हवालदार : हो. का? काही शंका?

वसंतराव : नाही... शंका नाही. आपल्याला काही मूलबाळ?

हवालदार : हो, तर एक मुलगा आहे.

वसंतराव : तुमचा स्वतःचा असेल ना! मग तुम्ही त्याची उंची सांगू शकाल?

हवालदार : नॉन्सेन्स. माझा मुलगा नाही हरवला तुमच्या मुलीप्रमाणे...

वसंतराव : म्हणूनच म्हणतो, मुलगा हरवला नाही ना, तोपर्यंत त्याची उंची मोजून ठेवा. नंतर उपयोग होईल तुम्हाला याचा...

इन्स्पेक्टर : अहो वसंतराव, असे रागावू नका, हो...

वसंतराव : हे बघा, इन्स्पेक्टर तुम्ही माझी समजूत काढू नका. ह्या तुमच्या हवालदारांना जरा माणुसकीनं बोलायला शिकवा. नुसते कायदे शिकवू नका, कारण कायदा आणि पोलीस खातं यांचं किती अतूट नातं आहे, हे मी पुरतं जाणतो. त्यामुळं जाब-जबाब कसे घ्यावेत हे, हवं तर माझ्याकडून शिका...

वसंतराव : शांत व्हा; काय? ज्यांच्या घरातलं मूल हरवतं, त्यांना काय संकटातून जावं लागतं, हे तुम्हा पोलिसांना नाही कळायचं. अहो, प्रश्न विचारायचे, पण ते किती आणि हे-हे असले फालतू? काही

नाही... धिस इज टू मच... हे मी आज कमिशनर साहेबांच्या कानावर घालतोच... नाही तरी आज मला त्यांच्याकडे जेवायला जायचंच आहे...

इन्स्पेक्टर : म्हणजे आपण...

वसंतराव : मला वाटतं, आपण मला आडनावावरून ओळखलं असेलच...

हवालदार : म्हणजे... आपण... माफ करा, सोनटक्केसाहेब... आपल्याला झालेल्या त्रासाबद्दल क्षमा मागतो; पण हे कमिशनरसाहेबांच्या कानी घालू नका

वसंतराव : असं ना..? मग निघा आता..आणि असल्या ह्या फालतू चौकशा करण्यापेक्षा मिनीच्या शोधासाठी आपला अमूल्य वेळ घालवा...

इन्स्पेक्टर : ठीक आहे. येतो, साहेब

(असे म्हणत दोघेही जातात... वसंतराव पुन्हा त्राग्याने दार उघडतात... पाहतात, तो सुवासिनी भेदरलेल्या अवस्थेत घरात येते... पण तिच्या तोंडून शब्द फुटत नाही...)

वसंतराव : (तिचे खांदे धरत) काय झालं? सुवासिनी, काय झालं? अगं, अगं...बोल ना... मिनीचं...

सुवासिनी : वसंता... वसंता...

वसंतराव : सुवासिनी... अगं, असं काय करतेस? काय झालं, ते सांगशील की नाही...?

सुवासिनी : वसंता... वसंता... तुझी लाडकी मिनी... गुंडाळलेल्या बिछान्यामध्ये मृतावस्थेत... सापडली...

वसंतराव : काय...?

सुवासिनी : होय... पाहुण्यांपैकी कोणी तरी सकाळी अंथरुणं काढली... त्यात मिनीला अंथरुण आहे, असं समजून तिला गादीसह गुंडाळून गादी एका कोपऱ्यात ठेवली व त्यावर आणखी पाच गाद्या ठेवल्या... आता अंथरुण घालायला गेले, तेव्हा पाहतात, तो... मिनीचा देह अंथरुणात...

वसंतराव : ओह माय गॉड!...नाही ...नाही... मिनी ...

(असे म्हणत वसंतराव ओक्साबोक्शी रडू लागतात व आवेगाने मिनीच्या घराकडे धाव घेतात... रंगमंचावर काळोख...)

(वेळ... सकाळची वसंतराव एकटेच विचारमग्न अवस्थेत बसलेत... मिनीच्या आठवणीने डोळे पाणावलेले... इतक्यात सुवासिनी येते... वसंतरावांकडे क्षणभर पाहते व त्यांच्या गळ्यात हात टाकते... वसंतराव भानावर येतात.)

सुवासिनी : वेड्यासारखे असे किती वेळ विचार करत बसाल? चला, आपण कुठंतरी बाहेर जाऊ...

वसंतराव : नाही, सुवासिनी... कशात मनच लागत नाही, बघ... त्या चिमुरडीची मूर्ती डोळ्यांसमोर येते... अगं, या वास्तूचा कोपरा न् कोपरा मिनीच्या पाऊलखुणांनी व्यापून टाकलाय. सारखं सारखं वाटतंय, की ती बाहेर दरवाजा वाजवते...ओरडून सांगतेय...अंकल, अंकल, दार उघडा... मला तुमच्याकडे यायचंय... नाही ... मिनी नसणं ही कल्पनाच सहन होत नाही, बघ...

सुवासिनी : हे मला कळत नाही का? पण नशिबापुढं कोणाचं काही चाललंय का?

वसंतराव : नशीब! अगं, पण एवढं अल्पायुषी? त्या चिमुरडीला न्यायचं होतं, तर त्या विधात्यानं जन्माला तरी कशाला घातलं...? कळी खुलण्याआधीच त्यानं अशी का खुडावी...?

सुवासिनी : काही सुचतच नाही...अहो, आपली जर ही अवस्था तर त्या बिचाऱ्या पप्पा-मम्मींची, तर कल्पनाच करवत नाही... आपण त्यांना धीर नको का द्यायला! आपणच असे हात-पाय गाळून कसं चालेल?

वसंतराव : धीर... अगं, आपण काय धीर देणार? जेव्हा काही करायला हवं होतं, त्या वेळेस मी काही करू शकलो नाही...

सुवासिनी : म्हणजे... मी नाही समजले...

वसंतराव : (एकटेच) तुला नाही समजणार ते... सारं समजण्यापलीकडचं आहे...(क्षणभर स्तब्धता) नाही, सुवासिनी... डोक्यात नुसतं काहुर माजलंय... अपराधीपणाची भावना सतत सलतेय... मिनीच्या पप्पांची माफी मागितल्याखेरीज मन नाही शांत होणार... चल, आपण मिनीच्या पप्पांकडे जाऊ या...

(दोघंही जायला उठतात... तेव्हढ्यात दारावरची बेल वाजते... वसंतराव दार उघडतात... तो दारातच मिनीचे पप्पा... सुवासिनीने

मिनीला प्रेझेंट दिलेली बाहुली हातात घेऊन शून्य मनस्क अवस्थेत प्रवेशतात...)

वसंतराव : (पप्पांचा हात हातात घेत त्यांना आणत) या. पप्पा, आता मी आपल्याकडेच येत होतो.

पप्पा : वसंतराव ... मी आपला निरोप घ्यायला आलोय... आम्ही उद्या ही जागा सोडतोय...

वसंतराव : पप्पा...

पप्पा : हो... खरंय्...वसंतराव... ज्या जागेत माझी मिनी... माझी कळी... त्या भिंती सारं सारं आता खायला आल्यासारखं वाटतंय्... म्हणून... म्हणतो... मिनी तर गेली... आम्हीही... आपणापासून दूर चाललो... इतक्या...वर्षांचा... स्नेहबंध...नाईलाज आहे... सारंच अकल्पित... असं ... मला ... माहीत आहे, वसंतराव... मिनी...म्हणजे तुमचं सर्वस्व होतं... खूप...खूप... माया दिलीत तुम्ही पोरीला... खूप लाड केलेत तिचे... आम्हा आई-वडिलांपेक्षा तुमचा खूप जीव होता मिनीवर... म्हणून म्हटलं... आम्ही जरी इथून गेलो, तरी तुम्हाला मिनीची आठवण राहावी...म्हणून वहिनींनी मिनीला प्रेझेंट दिलेली ही बाहुली तुमच्याकडे असावी... (पप्पा थरथरत्या हातानं वसंतरावांच्या हाती ती बाहुली देतात)

वसंतराव : (आवेगानं ती बाहुली घेत, तिचे पापे घेतात मुसमुसून रडू लागतात...) पप्पा,...पप्पा... आपलं सांत्वन मी कोणत्या शब्दांत करू...?

पप्पा : (डोळे पुसत) वसंतराव... जे नियतीला मान्य होतं... तेच झालं... पण ... पण... : (वेड्यासारखे करत... स्वतःचे केस ओढत) मी ... मी... सांगतो... वसंतराव... माझ्या मिनीला मीच... मारली... माझी मिनूला... नुसत्या बिछान्यांच्या वजनानं ती मेली नाही...वसंतराव...फळीवर...तिचा फोटो शोधताना... मी बुटांसकट...गादीवर उभा होतो... माझ्याच पोरीचा फोटो... मी. तिच्याच अंगावर उभा राहून मी काढत होतो... वसंतराव... मी खुनी... आहे... मी खुनी... आहे...मी खुनी आहे... मिनी ... (असे म्हणत पप्पा दुःखावेगाने निघून जातात... सुवासिनी व वसंतराव त्यांच्याकडे पाहत असतानाच रंगमंच काळोखाने व्यापला जातो.)

(घराचा दरवाजा उघडाच आहे. वसंतराव घरातच जमिनीवर बसलेत... बाजूलाच मिनीसाठी सुवासिनीनं आणलेली बाहुली आहे. त्याच अवस्थेत वसंतराव बाहुली कुरवाळत आहेत... एका वेगळ्याच विचारात असलेले... इतक्यात उघड्या दरवाजातून सुवासिनी येते... वसंतरावाकडे पाहते...थकलेली... देवपूजा करून बाहेरून आलेली असल्यानं हातात तीर्थाचा तांब्या... प्रसाद...)

सुवासिनी : घ्या... प्रसाद घ्या..., सिद्धिविनायकाला गेले होते.

वसंतराव : सुवासिनी... काय हे... अगं, किती दिवस... असं स्वतःला फसवणार आहेस...

सुवासिनी : हे बघा, जेव्हा सारे मार्ग बंद होतात, तेव्हा श्रद्धा आणि भक्ती यांखेरीज माणसाच्या हाती काहीच उरत नाही...

वसंतराव : श्रद्धा... भक्ती... नाही... सुवासिनी... नाही... अगं... माणसातल्या माणसाला मारणाऱ्याचं नशीब श्रद्धा आणि भक्तीदेखील बदलू शकत नाहीत. सुवासिनी... तुला कसं सांगू.. मी यक्ष आहे, गं... माझी संसारबाग कधीच बहरणार नाही...

सुवासिनी : हे बघा, तुमचं हे कोड्यातलं बोलणं, माझ्या कळण्याच्या पलीकडचं आहे... गेली कित्येक वर्षं तुम्ही माझ्यापासून काहीतरी लपवताय् ... पण आता तुम्हाला खरं काय, ते सांगावंच लागेल... तुम्हाला तुमच्या लाडक्या मिनीची शपथ आहे.

वसंतराव : थांब... सुवासिनी... मी हे आज स्वतःहून सांगणार होतो... आता माझ्याच्यानं नाही राहवत... सुवासिनी, घर सोडून जाताना मिनीच्या पप्पांनी स्वतःला खुनी म्हणवून घेतलं... चार माणसांत स्वतःला खुनी म्हणवून घेण्याचं धाडस त्यांच्यात होतं... पण, सुवासिनी, खरा खुनी मी आहे... मी ...
सुवासिनी : म्हणजे...?

वसंतराव : सुवासिनी, ज्या दिवशी, लग्नानंतर चार महिन्यांनी जेव्हा प्रथमच तू कलकत्त्याहून घरी आलीस, त्या रात्री मिनी आपल्या घरी झोपणार होती... आणि तसं मी मिनीच्या मम्मीला वचनही दिलं होतं... पण... चार महिन्यांच्या विरहानंतर प्रथमच तू घरी येणार, त्या आनंदानं मी माझा विचार बदलला. मिनीच्या पप्पांना खोटीच थाप मारली... की सुवासिनीला फ्ल्यू झालाय, म्हणून मी आज रात्री मिनीला झोपायला ठेवू शकत नाही... आणि त्यानंतर पुढं जे काही

घडलं... ते सारं मी त्या रात्री मिनीला घरी झोपायला ठेवलं असतं, तर टळू शकलं असतं... खरंतर... हे ज्या दिवशी पप्पा घर सोडून गेले, तेव्हा सांगणार होतो...पण... हे मी नाही सांगू शकलो... पण मला हे पप्पांना सांगायला हवं होतं आणि त्यांची माफीही मागायला हवी होती, की... पप्पा खरे खुनी तुम्ही नसून, मी आहे...

सुवासिनी : पण आता त्याचा काय उपयोग...? शेवटी नियतीच्या मनात जे असतं ते होतं... आता त्यात काही फरक पडणार नाही.

वसंतराव : खरंय तुझं, सुवासिनी... नाहीतर इतक्या वर्षांत माझ्या आयुष्यात तरी असा काय फरक पडलाय...? काहीच नाही... या ... या...घरात पाळणा हललेला नाही... आणि हलेल, असं वाटत नाही... डॉक्टर झाले... वैद्य झाले... अंगारे धुपारे झाले... आपणा दोघांत काहीही दोष नाही... लोक तर्क करताहेत... डॉक्टर प्रयोग करतायेत... आपल्या देहावर आणि खिशावरही... आणि एवढ्यात भागलं नाही, तर उद्या आपल्या मनावरही उपचार करतील... कारण मी हा असा अपराधी भावनेनं... मिनीच्या आठवणीत... एकांतात बसतो... लोक म्हणतात... मूल होत नाही, म्हणून डोक्यावर परिणाम झालाय, पण मला मूल का होत नाही, त्या प्रश्नाचं उत्तर लोकांना कधीच सापडणार नाही... कारण ... कारण...ते सारेच यक्षाची गोष्ट विसरले... आणि विसरू शकतात... पण मी मात्र विसरलो नाही...(आवेगाने) सुवासिनी, अगं, शेजाऱ्याची लहान निष्पाप मुलं तुमच्या दारात आली, तर त्यांना घरात न घेता दार लावून घ्यायचं... अशानं तुमच्या घरात पाळणा कुठून हालणार...? तुमच्या संसाराचा वसंत कसा बहरणार...? नाही, कधीच बहरणार नाही! (इतक्यात मिनीनं हाक मारल्याचा वसंतरावांना भास होतो... ते वेड्यासारखे...) बघ...बघ... सुवासिनी... ती ... बघ... मिनी... मला हाक ... हाक मारते... तो बघ तिच्या नाज़ूक पावलांचा आवाज ऐकू येतोय... थां...ब... थांब... गं...चिमणे...मी ... दार उघडतो...(असे म्हणत वसंतराव हातात बाहुली घेऊन जातात... दार उघडतात... हातात बाहुली घेऊन बाहेर जातात. बाहेरूनच) मिने... मिने... कारटे, गधडे! अगं, कुठं लपलीस? थांब थांब... मी शोधून काढतो... तुला...तुझ्या काकाला फसवतेस होय? ढालगज कुठली... सापडली, की नाही...! अगं, अगं... माझी पाठ दुखते... पाठीवर घेऊ म्हणतेस...? बरं बरं, चल बस

पाठीवर... हां... चल ... चल... सुवासिनी... अगं, ही बघ... मिनी आलीय् ...(असं म्हणत पाठीवर लहान मुलीला घेतात, तसे बाहुलीला घेवून ओणवेच प्रवेश करतात. बाहुली जमिनीवर ठेवतात... तिच्या बाजूला बसतात... सुवासिनीला बोलवतात...सुवासिनी अगतिक होते. वसंतरावांकडे बघते आहे...) मिने कारटे ... तुझ्या काकाला फसवून पळाली होतीस... थांब... आता... आता तुला सोडतच नाही ते...डामरट कुठली...! लाडकी... माझी...(बाहुलीचे केस कुरवाळतात... तिचे पापे घेतात... त्यांना जाणीव होते..., लाडकी... बाहुली... होती... माझी एक... मिळणार... तशी ना... शोधूनी... दुसऱ्या लाख...किती... गोरी...गोरी...गाल गुलाब... फुलले...हसती केस...ते सुंदर काळे... कुरळे... सुंदर काळे कुरळे...)

(हुंदके देत असतानाच सुवासिनी वसंतरावांच्या जवळ येऊन त्याच्या पायांवर डोके ठेवते व मुसमुसून रडू लागते... वसंतराव, बाहुली व सुवासिनीवर प्रकाश स्थिर... पडदा.)

पराधीन आहे जगती

बबन गायकवाड

(हमरस्त्याला लागून केजींचं चाळीतलं घर. रस्त्याच्या दिशेला एक खिडकी व दरवाजा. रस्त्यावरच्या गाड्यांच्या आवाजानं पेपर वाचत बसलेले केजी त्रस्त होतात. फेरीवाल्याच्या आरोळीनं वैतागून पेपर फेकून देतात. एक चौदा-पंधरा वर्षांचा मुलगा गळ्यात ट्रे घेऊन आरोळी देत खिडकीजवळ येऊन उभा राहतो)

पंकज : कोई भी चीज उठाव, आठ-आठ आना. रुपये का दो उठाओ. जर्मन कंपनीका दिवाला. रुपीयेमें दो.

(केजी रागानं उठून खिडकीजवळ येतात. पाठमोऱ्या पंकजला पाहून पुटपुटत पुन्हा खुर्चीत येऊन बसतात)

केजी : बरोबर आहे! लाचलुचपत, फसलेली दारूबंदी, काळा बाजार ह्यांनी देश इतका पोखरलाय, की यांना मदत करून खरोखरच परमेश्वराचं दिवाळं वाजणार आहे!

(त्यांची पत्नी सरोजिनी बाहेर येते.)

सरोजिनी : एकटेच कुणाशी बोलताय?
केजी : स्वतःशी! तू अगोदर त्या पोराला सांग, जरा हळू ओरड, म्हणून.
सरोजिनी : तो थोडंच आपलं ऐकणार आहे?
केजी : तू मलाच सांगत बसू नकोस, गं, त्याला सांग.
(सरोजिनी खिडकीतूनच शुकशुक करतात. पंकज मागे वळून पाहतो व ट्रे पुढे करतो)

सरोजीनी : पंपाचा वायसर दे
पंकज : जरुर. ये लिजीए

(केजी ताडकन उभे राहतात)

सरोजिनी : बसेल का नीट?
पंकज : नही बैठेगा, तो हम बदली करके देगा.
सरोजिनी : नंतर कुठं शोधायचं तुला?
पंकज : हम कहां भागने वाले है? हम तो यहीं सामने बैठनेवाले है.
केजी : (ओरडून) त्याला दम भर, म्हटलं, तर त्याच्याशी सौदा करतेस काय?
सरोजिनी : हां... हां, ओरडते त्याला.
पंकज : क्या हुआ?
सरोजिनी : हे म्हणताहेत, हळू ओरड.
पंकज : क्या कहा?
सरोजिनी : जोरसे मत ओरडना.
पंकज : हम तो रास्तेमें चिल्लाते है, आपके घरमें थोडेही चिल्लाते हैं?
केजी : फेरीवाला तो फेरीवाला आणि रुबाब करतोय्. हाकलून लावीन, तेव्हा कळेल.

(सरोजिनी त्याला पैसे देतात.)

पंकज : बहोत देखे हैं हकालनेवाले...

(पैसे घेवून जायला वळतो.)

केजी : जाव जाव.

पंकज : (मोठ्याने) जर्मन कंपनीका दिवाला ऽऽ!

केजी : पाहिलंस, कसा ओरडतोय्? कसा जनावरासारखा बेसूर ओरडतोय्? थांब, उद्याच तुझा बंदोबस्त करतो.

सरोजिनी : जाऊ द्या हो; तुम्ही का विनाकारण डोक्यात राख घालता?

केजी : मला शिकवू नकोस.

सरोजिनी : शिकवत नाही, हो; पण तो रस्त्यावरचा पोरगा तुमचं कसं ऐकेल? घरातली पोटची मुलं ऐकत नाहीत. तो काय मग भीक घालतोय् आपल्याला?

केजी : त्याचा आवाज ऐक. शहारे येतात अंगावर. पंधरा दिवस जर ती आरोळी मी ऐकली, तर बहिरा होईन. मला शांतता हवीय.

सरोजिनी : ती मुंबईत कुठंही मिळायची नाही. हे घर विका आणि चला कुठं तरी लांब.

केजी : घर विकायची भाषाच सोड. काही तरी सल्ले देत बसू नकोस. माझं डोकं जास्त भडकवू नकोस. आधी चहा ठेव.

(सरोजिनी आत जाते.)

केजी : म्हणे, घर विका, जणू काही घराचा सेलच लागलाय्!

(सरोजिनी स्टोव्ह घेवून बाहेर येतात.)

सरोजिनी : अहो एवढा वायसर बसवता का?

केजी : हं... आणा इकडे. चहाची तल्लफ लागलीय् ना आम्हाला.

(वायसर बसवू लागतात.)

सरोजिनी : घर विकायचा विषय काढला, की तुम्ही चिडता. पण त्या घराची अवस्था पाहिलीत का, काय झालीय ती?

केजी : त्याला काय झालंय्?

सरोजिनी : ते कोसळलं म्हणजे त्याला काही झालंय, असं म्हणणार का तुम्ही? गिलावे पाहा, रंग पाहा, छत पाहा. पावसाळ्यात तर दहा ठिकाणी धार लागली होती.

केजी : बाईसाहेब, दहा ठिकाणी गळत होतं, हे आम्ही पण पाहत होतो. पण तेवढ्याच वाटा आणि गळती इथं खिशाला लागली आहे, त्याचं काय! नुसता रंग आणि गिलावा करायचं म्हटलं, तर हजार-बाराशे हवेत.

सरोजिनी : गळती काढल्याशिवाय रंगाचा काय उपयोग?

केजी : म्हणजे दोन-अडीच हजार हवेत. (वायसर न बसल्याने चिडून सरोजिनीच्या अंगावर फकतो.) हं घ्या तुमचं. जर्मन कंपनीका दिवाला...

सरोजिनी : माझ्यावर का चिडताय्?

केजी : तुम्हांला त्या पोराला दम द्यायला सांगितलं, तर त्याच्याकडे खरेदी केलीत.

सरोजिनी : तुम्हाला मी दोनदा आठवण केली. तीन-चारदा शरदला सांगितलं. मी म्हणून तो स्टोव्ह तसाच वापरते तरी. तुम्ही दोन-तीनदा पंप करून लाथेनं उडवला असतात.

(वायसर घेऊन खिडकीजवळ जाते.)

केजी : काय करतेस?

सरोजिनी : त्या मुलाकडून बदलून घेते.

केजी : काही नको त्याच्याशी पुन्हा बोलायला. तो पुन्हा खिडकीत उभा राहून ओरडत बसेल.

सरोजिनी : वा! आठ आणे वर आलेत, की काय? तो म्हणाला होता, बदलून देईन म्हणून.

केजी : विसरा ते. माणूस शब्द एवढा पाळू लागला, तर इतर देशांकडे भीक नसती मागावी लागली.

सरोजिनी : ए... शुक् ...शुक्!

(हाताने पंकजला बोलावतात. पंकज आरोळी देत येतो. केजी कानांत बोटे घालतात.)

पंकज : दूसरा देगा. स्टो दे दो, हम वायसर बिठाके देगा.

(सरोजिनी स्टोव्ह देतात. तो पटकन दुसरा वायसर बसवून देतो.)

सरोजिनी : थांब, पैसे आणते.

पंकज : उनकी जरुरत नहीं मिस्टेक मेरी थी और कुछ होना, तो बोलना, बाई.

सरोजिनी : अं... काही नको. (पंकज आरोळी देत जातो.) पाहा, दिलं का नाही बदलून?

केजी : आठ आण्याची बाब होती, म्हणून दिला. नवल काय?

सरोजिनी : त्याचा प्रामाणिकपणा कबूल करा न चिडता. आठ आण्यांसाठी तुम्हीच नाही का चिडून वायसर माझ्या अंगावर फेकलात!

केजी : हं... पुरे... चहा ठेव आधी.

(केजी पेपर घेऊन वाचू लागतात. सरोजिनी स्टोव्ह घेऊन आत जाते.)

सरोजिनी तांदूळ निवडत बसलीय. केजी कामावरून येतात. येऊन बाहेरच खिडकीजवळ उभे राहून आजूबाजूला पाहतात व खुशीत हसत घरात प्रवेश करतात.

केजी : कशी जिरवली त्या जर्मन कंपनीका दिवालावाल्याची!

सरोजिनी : म्हणजे सकाळी पोलीस तुम्ही पाठवलेत?

केजी : तर! बेट्याला असा सोडतो काय! रात्री नऊ वाजेपर्यंत केकाटत होता. सकाळी ऑफिसला जाण्याअगोदर पोलीस ठाण्यावर गेलो. तक्रार नोंदवली.

सरोजिनी : खरंच, आज दिवसभर पोलिसानं सतावलं त्याला. एकानं दांडा उगारून उठवलं.

केजी : उठवलंच पाहिजे. मी तसा दमच भरला होता. (सहज खिडकीजवळ येऊन बाहेर डोकावतात. अचानक रागावतात.) हेच... हेच झालंय् सगळीकडे. एका कपाच्या फुकट चहासाठी माणसं हपापली आहेत. त्यांना फटके मारले पाहिजेत.

सरोजिनी : काय झालं?

केजी : ते पाहा बाहेर, हवालदार साहेब चहा पिताहेत आरामात. सरकारी नोकर, हे पण कसे लाल चावलेले आहेत, पाहा.

सरोजिनी : इश्श, एक घोट चहानं काय होतंय?

केजी : अहो, ही सुरुवात आहे. एका घोटानं काय होतं? मनाला सवय

जडते त्या एका फुकट घोटाची. तो विकला जातोय् आणि फुटपाथवाला फालतू पोरगा त्याचा मालक होतोय्.

सरोजिनी : तुम्ही हल्ली भलतंच काही तरी वागायला लागलात.

केजी : तुला पाहायचं आहे का, मी काय म्हणतो, त्याचा अर्थ? मग बघ. (खिडकीतून हवालदाराला हाक मारतो.) हवालदार, अहो हवालदार, (हवालदार खिडकीजवळ येतो.) अहो, त्या पोराचा बंदोबस्त करा ना!

हवालदार : ओ साहेब, आता किती वेळा हाकलायचा त्याला?

केजी : का? जमत तसेल, तर युनिफॉर्म काढून ठेवा.

हवालदार : ओ, साहेब, जास्त बोलू नका. जावा... रिपोर्ट करा माझा स्टेशनवर.

(सरोजिनी त्यांना आत ओढते. हवालदार जातो.)

केजी : तू कशाला मध्ये आलीस?

सरोजिनी : तुम्हाला काही कळत नाही. अहो, तुम्ही वैतागून काय करणार आहात? गुपचूप पडून राहा. उगीच डोकं पिकवून घेऊ नका.

केजी : आता तो पोरगा रात्री नऊ वाजेपर्यंत ओरडणार. मला ते सहन होणार नाही. मी जरा फिरून येतो. डायरेक्ट रात्री जेवायला येईन.

(रागानं बाहेर जातात. सरोजिनी पुन्हा तांदूळ निवडू लागते.)

सरोजिनी : शरद... ए शरद . घरात पाय नसतो मेल्याचा. काही आणायचं म्हटलं, तर दुकानात मी पळायचं. (केजींचा शर्टचा खिसा शोधते.) कधी सुट्टे ठेवायचे नाहीत.
(पन्नासची नोट काढतात.) एक रुपयाच्या मसाल्यासाठी सुट्टे कोण देणार? (पैसे घेऊन खिडकीतून शरदला हाक मारतात.) शरदऽऽ ए शरदऽऽ.

(पंकज धावत येतो.)

पंकज : कुछ काम हैं?

सरोजिनी : मी माझ्या मुलाला बोलावतेय्.

पंकज : मुझे अपना लडकाही समझो.

सरोजिनी : पन्नासची मोड आहे का तुझ्याकडे?

पंकज : हां...है.

सरोजिनी : दे मग. (पंकज मोड देतो.) नाव काय तुझं?

पंकज : पंकज!

सरोजिनी : एक काम करशील?

पंकज : हां... हां... बोलो.

सरोजिनी : पलीकडून एक रुपयाचा मसाला घेऊन ये आणि आठ आण्याचं लिंबू.

पंकज : अभी लाता हूँ

(पंकजला एक रुपया देते. पंकज जातो. बाकीचे पैसे पुन्हा केजींच्या खिशात ठेवते. केजी येतात.)

सरोजिनी : गेला का राग?

केजी : ते जाऊ दे. ही बघ तार आलीय्.

सरोजिनी : कुणाची?

केजी : आईनं पाठवलीय. विद्याला खोकल्याचा जास्त त्रास होतोय.

सरोजिनी : तार केली, म्हणजे जास्तच असणार.

केजी : पावसाळ्यात ढगांमुळं दमेकऱ्यांना थोडा त्रास होतोच. तरी बरं, ह्या मुंबईतल्या दूषित हवामानापासून दूरच ठेवलंय तिला. या दिवसांत थोडी ब्रँडी द्यायला हवी तिला.

सरोजिनी : हो. पण कोण देणार? शरदला जा म्हणावं, तर त्याचा कधी घरात पाय नसतो. रात्रंदिवस भटकत असतो.

केजी : शाळा सोडली, तर कुठं चार पैशाची नोकरी करायला काय झालं त्याला?

सरोजिनी : हे त्याला कोण सांगणार?

केजी : मी तरी त्याला कधी सांगणार? एका घरात राहून महिना महिना भेट होत नाही आमची.

सरोजिनी : मागच्या भिंतीला खिंडार पडलंय. दिवसभर मुलं धुडगूस घालतात. मी घरातलं बघायचं, की पोरांना झापायचं? पडलेला भाग ताबडतोब दुरुस्त करायला हवा.

केजी : हे घर मला सांभाळतंय, की मी घराला... तेच कळत नाही. मी काल एका ओळखीच्या कंत्राटदाराला भेटलो. स्वस्तात करून

देतो, म्हणाला. स्वस्त, म्हणजे सहाशे रुपयांत.

सरोजिनी : हल्ली सहाशे रुपयांत कोण करायला तयार होणार? तुम्ही त्याला पकडून ठेवा. सोडू नका.

केजी : आज संध्याकाळी येतो, म्हणाला. अजून येतोय्. (खिसा शोधतात.) हे काय? पन्नास रुपये होते खिशात.

सरोजिनी : माझ्याकडे नव्हते, म्हणून तुमच्या खिशातले घेतले खर्चायला. फक्त एक रुपया घेतला.

केजी : आणि ही फाटकी नोट कुणी दिली तुला? तुला चेष्टा वाटते, पण हे सिंधी लोक त्यांच्या रक्तावरच जाणार. (पंकज खिडकीजवळ येऊन उभा राहतो.) पाजी बदमाश.

सरोजिनी : अहो, पंकजनं मोड दिलीय्.

केजी : कोण पंकज?

सरोजिनी : तो फेरीवाला पोरगा.

केजी : जर्मन कंपनीका दिवालावाला. अगं, त्या हरामखोरानं हातोहात बनवलं तुला. लफंगा, मवाली...!

पंकज : गालियाँ खतम हुई क्या? थक गये?

केजी : तू? चालायला लाग.

पंकज : हम कहाँ रहने को आये हैं? ये लो, (सरोजिनी मसाला घेते.) गलतीसे फटी नोट आपको दी गई, ये लो दूसरी. (केजी झडप घालून नोट घेतात.) वो फटी नोट वापस दे दो ना.

(केजी रागानं फाटकी नोट त्याच्या अंगावर फेकतात.)

सरोजिनी : ती नोट चालणार नाही. तू या नोटेचं काय करणार आहेस?

पंकज : किसी बनियाको दे देंगे .

सरोजिनी : म्हणजे फसवाफसवी करणार?

पंकज : आदमी देखके करता है, बनिया को बनाने में पाप नहीं लगता. वो तो पाप का पैसा कमाता है, और केजी काका तो इमानका पैसा कमाता है.

सरोजिनी : कशावरून रे?

पंकज : इमान से कमाता है, इसके लिए घरकी हालत देखो, कितनी बुरी है. पाप के पैसेवाले का घर झगमगाता है, और ये नोट ऐसेही घर में जायेगी. माताजी, दिलसे दिल दिया, तो हम जान देते हैं, और

दुश्मन के बारे में उनकी जान लेते हैं.

(पंकज निघून जातो.)

सरोजिनी : काय निर्भीड आहे, हो!
केजी : आता तुम्हीही त्याचे गुणगान गात बसा. जावा. जवकर आटपा.

(सरोजिनी आत जाते. बाहेर आरडओरड ऐकू येते. पंकज ट्रे घेऊन बेधडक घरात घुसतो.)

केजी : ए. ए... कुठं घुसतोस?
पंकज : ओ म्युनिसिपालिटीवाले...
केजी : ये क्या रास्ता है? हमारे घरमे क्यूं आये?

(सरोजिनी बाहेर येते. फेकलेला ट्रे व सामान म्युनिसिपालिटीवाले पटापट उचलतात. पंकज धावत बाहेर येऊन वस्तू वाचवण्याचा प्रयत्न करतो.)

हवालदार : काय, रे, रस्ता काय बापाचा आहे का? लायसन आहे का?
पंकज : साब, फिर नहीं आयेगा.
हवालदार : चला त्याला घेऊन.

(हवालदार पंकजला धरतो.)

पंकज : साब, साब... गरीब हूँ! मेरा सामान...

(म्युनिसिपालिटीवाले जातात, पाठोपाठ पंकज साब - साब करत पळतो हवालदार त्याला घट्ट धरतो व घेऊन जातो.)

सरोजिनी : तुम्ही त्याचा ट्रे फेकून दिलात?
केजी : कशी जिरवली त्याची!
सरोजिनी : चांगलं नाही केलंत हे.
केजी : तुम्हाला त्याचा पुळका का एवढा?

सरोजिनी : तुम्हाला एवढा राग का?

केजी : अस्सं! याचा अर्थ तो नेहमीच इथं येत असला पाहिजे.

सरोजिनी : अहो, गरीब आहे पोरगा, स्वतःचं पोट हिमतीनं भरतोय्. नाही तर आपला शरद. दिवसभर उनाडक्या! परोपकारी आहे पोरगा. त्याच्याशी अकारण वैर धरताय् तुम्ही. मला भीती वाटते त्याची.

केजी : तो काय वाकडं करणार आहे माझं?

सरोजिनी : असं म्हणू नका. मघाच तो म्हणाला, जिवाला जीव देईन. कोणी माया केली तर; आणि चिडलो, तर जीव घेईन.

केजी : जीव घेतोय्! काय मोगलाई आहे, काय? गुडघ्याएवढं पोर, त्याला घाबरायचं? बरं, मघाशी ते विचारायचं राहिलं. तू कुठं पैशाची व्यवस्था करणार होतीस? झाली का?

सरोजिनी : नाही.

केजी : मी जरा देशपांड्यांकडे जाऊन येतो. शहा आले, तर त्यांना ती पडलेली भिंत दाखव. तशी तोंडी सविस्तर माहिती दिलीच आहे. मी येतोच तोवर.

(बाहेर येतात. एक कागदाचं पाकीट पडलेलं दिसतं, म्हणून सहज उचलतात. त्यात शंभराच्या सहा नोटा सापडतात. सरोजिनी आतल्या खोलीत जाते. केजी घाईनं घरात येऊन, पाकीट कपाटात ठेवून लगेच बाहेर जातात. शहा येणार, म्हणून घर साफ करता करता सरोजिनीला ते पैसे दिसतात. इतक्यात शहा दिसतात.)

सरोजिनी : या... या... बसा. हे आत्ताच बाहेर गेलेत.

शहा : नाही, बसत नाही. बिल्कुल टाईम नाही. केजींनी आमचं काम केलं का?

सरोजिनी : कसलं?

शहा : ॲडव्हान्सचं. त्यांना सांगून ठेवा, मी चार दिवसांनी येईन. ॲडव्हान्सची सोय झाली असती, तर माणसं उद्याच पाठवणार होतो.

सरोजिनी : थांबा जरा. (पैसे काढतात.) हे घ्या.

शहा : उद्याच काम फिनिश! येतो मी. उद्या माणसं पाठवतो. (जातो)

(पंकज येतो व खिडकीतून आवाज देतो.)

पंकज : साब.

सरोजिनी : अरे! तू सुटलास कसा एवढ्यात?

पंकज : हम बाहर रहनेवाले हैं, पोलीस भी बाहर रहनेवाले हैं बाहर रहनेवालोंने बाहर रहनेवालोंका खयाल रखना जरुरी हैं. आप अंदरवाले हैं. आप को ये हिसाब नहीं समझेगा.

(केजी येतात.)

केजी : तू आलास का परत?

पंकज : साब, आपने बहोत नुकसान किया हमारा.

सरोजिनी : तुझं सामान नाही मिळालं?

पंकज : हमारा माल मिल जायेगा, लेकिन पैसा गया तो गया, बिझनेस के लिये छे सौ रुपिया लाया था, वह अख्खा पाकीट गया.

केजी : ए, तुझं पाकीट इथंच पडलं होतं. तुझे पैसे घेऊन जा. जरा कपाटातलं पाकीट आणा.

सरोजिनी : ते पाकीट पंकजचं होतं?

केजी : हो, का?

सरोजिनी : मी त्यातले पैसे शहांना दिले.

केजी : दिवे लावलेत!

सरोजिनी : ओरडता काय जाता येता? असं काही असेल, याची कल्पना तरी कुणाला येईल का?

पंकज : साब, परेशान मत होना, कुछ बडी बात नहीं हैं.

(पंकज वाक्य संपवून निघून जातो. दोघे त्याच्याकडे पाहत राहतात.)

केजी : आजची सुट्टी मजेत घालवावी, म्हटलं, पण आमच्या नशिबात कसली आलीय मजा.

सरोजिनी : मग घोडं कुठं अडलं?

केजी : अगं, घोडं अडलं नाही, तर 'घोडं गंगेत न्हालं' चित्रपट लागलाय् भारतमाताला.

सरोजिनी : काय? खरंच, खूप जुना पिक्चर आहे, हो बऱ्याच दिवसांनंतर मराठी चित्रपट लागला, नाही का?

केजी : हो, पण तिकीट मिळण्याची शाश्वती नाही. कालच चारही शो

हाऊसफुल्ल. आज तर सुट्टीच आहे.

सरोजिनी : पंकजला सांगितलं, तर तो कुठूनही मिळवून आणील दोन तिकिटं.

केजी : त्याचं नाव नको काढू. पिक्चर पाहायला नाही मिळाला, तरी चालेल.

(पंकज खिडकीपाशी येऊन आरोळी देतो.)

पंकज : जर्मन कंपनीका दिवाला ऽऽ!

केजी : हा माझ्या खोपडीचंच दिवाळं काढणार!

पंकज : माताजी, आटा दुपारको मिलेगा, और ये लो, कल आपने ब्रँडी मंगाई थी ना?

सरोजिनी : अरे पंकज, पिक्चरची दोन तिकिटं हवी होती. मिळतील का, रे?

पंकज : अभी लाता हूँ, आप फिकर मत करो.

सरोजिनी : हे घे पैसे.

(पैसे देते. पंकज पैसे घेऊन ट्रे भिंतीजवळ ठेवतो)

पंकज : अभी लाता हूँ. इसपर ध्यान रखना. (जातो.)

केजी : तुला म्हणालो होतो ना, की त्याला तिकिटं आणायला सांगू नको, म्हणून?

सरोजिनी : अहो, एवढ्या दिवसांनंतर पाहायला मिळतोय् पिक्चर. लोकांना सकाळपासून लाईन लावून तिकीट मिळत नसेल; तुम्हाला घरबसल्या मिळताहेत. मी काही तरी बनवते. नाश्ता करूनच जाऊ. तो आता येईल.

(आत जाते. बाहेर आरडाओरडा व धावपळ सुरू होते. केजी खिडकीतून पाहतात व घाईने बाहेर येऊ न ट्रे घेऊन घरात जातात. ट्रे केजींच्या हातात असतानाच सरोजिनी येते.)

सरोजिनी : तुम्ही ट्रे आणलात पंकजचा? थांबा तसेच. दृष्ट काढते.

केजी : न आणून सांगतो कुणाला? आम्ही ऋणको आहोत ना त्याचे?

सरोजिनी : काही तरीच तुमचं. पंकजनं कधी दर्शवलं का तुम्हाला तसं?

केजी : त्याची बाजू घेऊ नका. आमचा अपमान आमच्याजवळ.

(पोस्टमन येतो.)

पोस्टमन : केजी इथंच राहतात का?
केजी : हो... मीच केजी.
पोस्टमन : तार आहे.

(तार देऊ न जातो. तार वाचून केजींचा चेहरा पडतो.)

केजी : सारा घोटाळा झाला.
सरोजिनी : काय झालं?
केजी : मावशी खूप आजारी आहे.
सरोजिनी : तुम्हाला जावंच लागणार का?
केजी : नाइलाज आहे. तिच्या घरात कर्तासवरता नाही. मला तात्काळ जावं लागेल. दोन दिवसांत परततो. लगेच निघायला हवं. ती ब्रँडीची बाटली दे. तसंच विद्याकडं जाऊन येतो. तिचीही तब्येत बघतो... आणि शरदला घरीच थांब, म्हणावं.

(पंकज येतो.)

पंकज : साब! टिकीट.
केजी : खड्ड्यात घाल ते तिकीट! तो ट्रे उचल आणि चालायला लाग. चल, माझे कपडे भर बॅगेत.

(रागाने आत जातात.)

पंकज : माँजी, ये अचानक क्या हुआ?
सरोजिनी : अरे, त्यांची मावशी आजारी आहे. ते गावी निघालेत.
पंकज : फिर मुझपे क्यों बिगडते हैं?
सरोजिनी : काही नाही... असंच, तुझ्यावर राग असता, तर तुझा ट्रे घरात कशाला आणला असता उचलून?
पंकज : वे लाये?
सरोजिनी : हो. म्युनिसिपालिटीची धाड आली होती.
पंकज : अच्छा मैं चलता हूं.

(तिकिटं खुर्चीवर ठेवतो व बाहेर येऊन आरोळी देत निघून जातो.)

(सरोजिनी विचारमग्न खुर्चीत बसलीय. पंकज येतो. हातात पिशवी.)

पंकज : (खिडकीतून पाहीत) माँजी... ओ... माँजी.
सरोजिनी : अं? तू आलास.
पंकज : (घरात येत) क्या सोचती हो?
सरोजिनी : काही नाही. हे दोन दिवसांत परत येतो म्हणाले, आज आठ दिवस झाले.
पंकज : कुछ काम से रुके होंगे, परसों तो उनका खत आया. कुछ लिखा नहीं क्या?
सरोजिनी : पत्रातलं काहीच कळत नाही.
पंकज : क्यों?

सरोजिनी : हातात पडण्याअगोदरच पत्र सारं भिजलं.
पंकज : माँजी ओ दिन बारिशही इतनी थी के...
सरोजिनी : तसं नाही, रे, पण पत्र मिळालं, मजकूर समजला, याच्या व्यतिरिक्त काहीच वाचता येईना. त्यातच, परवाच्या मुसळधार पावसात पाठीमागची भिंत पुन्हा पडलीय्. सारं पाणी घरात येतंय्. बिल्डिंगवाले कचरा टाकतात, तोसुद्धा घरात येतोय.
पंकज : आप फिकर मत करो, माँजी, एक दिनमें दीवार खडी कर दूंगा.
सरोजिनी : एका दिवसात भिंत बांधायला त्याला काय माझे दात पाडून देऊ?
पंकज : पैसेकी फिकर मत करना. खर्चा मैं कर दूंगा.
सरोजिनी : नको. त्यांना नाही आवडायचं ते.
पंकज : क्यों? तब तक क्या ऐसाही रहेगा, मोहल्लेके लडके सारा सामान उठाके ले जायेंगे.
सरोजिनी : तरी, दोन-तीन हजार सहज लागतील.
पंकज : माजी. मैं खर्चा देख लूंगा. और पैसा वापस देना भी नहीं. उसके बदलेमें मैं मेरी दुकान बनाऊंगा इस खिडकी के पास, फिर तो उन्हें मेरा पैसा कर्जा नहीं लगेगा.

(दोघे हसतात.
खिडकीला पंकज स्टोर नावाची पाटी. बसण्यासाठी स्टूल, त्यावर

पंकज बसलाय, पैसे मोजतोय. समोरून केजी येतात. थांबून पाटी वाचतात. पंकज धावत जाऊन हातातली बॅग घेतो व माँजी-माँजी करत घरात जातो. केजीचा राग अनावर होतो.)

पंकज : माँजी केजीकाका आ गये.

(सरोजिनी येते.)

सरोजिनी : कुठं आहेत?
(केजी आत येतात.)

पंकज : माफ करना, अब हमने चिल्लाना बंद किया... दुकान हो गया. पोलीस की दादागिरी बंद हो गयी.

केजी : अरे काय, चाललंय् काय इथं?

सरोजिनी : हे पाहा, आल्याबरोबर असा त्रागा करू नका. तुम्ही गेलात नि पाठची भिंत परत ढासळली. या पंकजनं तीन हजार रुपये खर्च करून भिंत बांधली. त्या बदल्यात त्याला दुकानाला थोडीशी जागा दिली, तर बिघडलं कुठं? भिंत बांधली नसती, तर चोरांनी घर धुऊन नेलं असतं. लगेच तोंड हात-पाय धुऊन जेवून घ्या व आराम करा. पंकज, तूही हात धुऊन ये.

केजी : म्हणजे?

सरोजिनी : अहो, पंकज जरा आजारी आहे. आज खाणावळीत जात नाही, तेव्हा तो इथंच जेवणार आहे.

केजी : मीच हे घर सोडून जातो. जातो मी. पाहताय् काय असे, मुखस्तंभांनो? सामान द्या माझं मला. हे घर माझं राहिलं नाही. या फूटपाथवरच्या माणसानं माझ्या घरावर छत धरावं? मला इथं झोप यायची नाही. ह्या पोराकडं मी गहाण पडायला तयार नाही. तुम्हाला केजी नको आहेत; पंकज हवाय, तेव्हा मी जातोय. कायमचा जातो.

(सरोजिनी अडवते.)

सरोजिनी : अहो, असं काय करताय्?

केजी : सोडा मला, एक क्षणसुद्धा थांबायची इच्छा नाही माझी, सोडा, मला सोडा!

(बोलता बोलता केजी कोसळतात.)

सरोजिनी : अहो, असं काय करताय्? उठा, डोळे उघडा, (पंकज पाणी आणतो.) हे पाणी प्या. डोळे उघडा.

पंकज : माँजी, मैं डॉक्टरको लेके आता हूं. (जातो.)

सरोजिनी : एवढा कसला राग धरताय्? आपल्या शरदसारखा आहे. तुम्ही डोळे उघडा, वाटल्यास त्याचं दुकान तोडू. त्याला इथून घालवू.

(सरोजिनी रडू लागते. केजी झोपलेत. पंकज सामानाची आवराआवर करतो. खिडकीला लावलेली पाटी काढतो. सरोजिनी चहा घेऊन येते. पंकजला पाहू लागते. केजींना उठवते.)

पंकज : खुदा हाफिज, केजीकाका, हम चले. अब हमारी परेशानी नहीं होगी.

सरोजिनी : तू कुठं जाणार, पंकज?

पंकज : माँजी, हमारी चिंता मत करो, चार दिवारोंके बाहर रहनेवालोंको आख्खी दुनिया खाली हैं. अंदर रहनेवालोंको जगह कमती पडती है.

सरोजिनी : पंकज, तू होतास, म्हणून मला आधार मिळाला. मी एकटीनं काय केलं असतं? पोटचा पोरगा असून नसल्यासारखा. तू कोण, कुठला; पण त्यांच्यासाठी सारी रात्र त्यांच्या पायथ्याशी जागून काढलीस. डॉक्टरला आणलंस. केवळ तुझ्यामुळंच ते बचावले. आमच्यासाठी एवढं करून शेवटी असा रागानं निघून चाललास?

पंकज : नहीं, माँजी, गुस्सेसे नहीं. गुस्सेसे बचनेके लिए जाता हूँ। आपको मालूम नहीं हमारे घर थे। तीन गाडीयाँ थी। लेकिन पार्टिशन के बाद सब छोडके आना पडा। पिताजी गये, माँ गयी, बहन गयी। मैं अकेला बच गया। घर छोडनेका सदमा जानता हूँ। मेरी खातिर आपका घर दुःखी होना नहीं चाहता, इसीलिए जाता हूं। केजीकाका परेशान होते हैं। जिंदगी में हम घर बनायेंगे या नहीं बनायेंगे, ये तो

सिर्फ भगवान जानता हैं। लेकिन मेरे लिए मैं किसीका घर तोडना नहीं चाहता। बिझनेस हम किधर भी कर सकते हैं। लेकिन यहाँ बिझनेस के साथ सहारा भी मिलेगा, प्यार मिलेगा, ऐसा सोचा था। लेकिन खुदा को मंजूर नहीं...

केजी : पंकज, थांब. आणखी पंधरा दिवस थांब. तुझे तीन हजार मी परत करणार आहे. ते घे आणि मग जा.

पंकज : इस घर में हमने दूधभात खाया हैं । इधर हम कौनसा भी हिसाब रखना नहीं चाहते। काकाजी, बिझनेसवाला कमानेके लिए ही बिझनेस करता है। लेकिन पहले गवाँने की ताकत महसूस करनेके बाद। काकाजी, घर गया, मोटार गाडियाँ गयीं, माँ गया, बाप गया. तीन हजार की बात छोड दो। बिझनेस में कैसेही कमाऊंगा।

सरोजिनी : पंकज...

पंकज : खुदा हाफिज।

(सामान उचलून जड पावलाने चालू लागतो.
केजी व सरोजिनी त्याच्याकडे एकटक पाहत राहतात.)

दिशाभूल

अरविंद लिमये

प्रवेश पहिला

(रंगभूमीचा दर्शनी भाग एका भिंतीने दोन खोल्यांत विभागलेला. भिंतीच्या मध्यभागी दोन खोल्या जोडणारं दार. प्रेक्षकांच्या उजव्या बाजूची खोली म्हणजे स्वयंपाकघर. यातील किचनकट्ट्याचा काही भाग प्रेक्षकांच्या नजरपट्टीत. तो दरवाज्यातून आत गेल्याबरोबर भिंतीला लागून किचनकट्ट्यासमोर भिंतीत मोठं कपाट. त्यातच देवघर, त्याच कपाटाच्या पलीकडे आडवी सिमेंटची- बैठी भिंत/ कट्टा, ज्यावर जुन्या घागरी, बादल्या वगैरे पाय/हात धुण्यापुरती मोरी. यात वावरताना पात्रे पूर्ण दिसली नाहीत, तरी त्यांच्या वावरण्यावरून त्या जागांचा अंदाज यावा... प्रेक्षकांच्या उजव्या बाजूला असलेली, म्हणजेच दर्शनी भागातील खोली म्हणजे ड्रॉईंग रूम कम् बेडरूम कम्... सर्व काही. डाव्या बाजूला एकदम समोरच्या कोपऱ्यात मुख्य..., बाहेरून येणारा दरवाजा...
जुनी अँगल/लाकडी फळ्यांची कॉट, भिंतीवरचं किल्ली द्यायचं जुनं घड्याळ, कपडे वाळत घालायची दोरी, खुंट्या, कॉटखालच्या जुन्या ट्रंका, कोपऱ्यातला झाडू, जुनं लाकडी टेबल, खुर्ची,

स्टूल, कपडे अडकवायला खुंट्या, खिळे, देवादिकांची कॅलेंडर्स, जुने फ्रेम केलेले ग्रुप फोटो, देवांच्या तसबिरी जागोजाग भिंतीवर... यावरून जुन्या चाळीतला, दोन खोल्यांतला, ओढघस्त संसार समोर यावा...

पडदा वर जातो... ही वेळ संध्याकाळ टळून गेलेली. आई स्वयंपाकघरात वावरतात. अधून मधून उकळणाऱ्या चहाकडे पाहतात. दोन कपबश्या तिथेच मांडून कपात गरम दूध ओतत असतानाच... बेल वाजते...आलेऽ... म्हणून आवाज देत चहा गाळायचे काम पूर्ण करतात... पुन्हा बेल वाजते, मागोमाग 'आईऽ' अशी दत्तात्रेयाची हाक... मोठ्यांदा 'आले...आलेऽ' असा आवाज देत आई दुखरे पाय ओढत कडी काढायला धावतात... कडी काढून उघडताच दत्तात्रेय वाऱ्यासारखा आत येतो...)

आई : तुला म्हणजे ना, दत्ता, मिनिटभराची उसंत नाही अगदी...

दत्ता : अगं, किती वेळ वाट पाहत उभा होतो! मला वाटलं, तू ऐकलीस की नाही... बेल...

आई : (स्वयंपाकघरात जाता जाता...) न ऐकायला काय झालं? चहाचं बघत होते आत. म्हातारी झाले असले, तरी कान शाबूत आहेत माझे अजून...

दत्ता : अप्पा कुठं गेलेत...?

आई : (दोन कपबश्या हातांत घेऊन बाहेर येतात) ते होय ...? ते गेलेत बाजारात.

(दत्ता हात पुढे करतो.)

(आई कपबशी टेबलवर ठेवून, स्वतः चहा पीत खुर्चीवर टेकतात.)

आई : पाय धुतलेस...?

(दत्ता चुकचुकतो न् आत जातो...)

आई : पारोसा कुठला...

दत्ता : (पाय धुऊन बाहेर येत) हे बघ, धुतले पाय. दे आता...

आई : आणि ते पुसायचे कुणी...?...मी?

दत्ता : (दोरीवरून नॅपकीन ओढून पाय पुसतो) आता दे बघू... पुसले पाय. (लटक्या रागाने)

(आई समाधानाने हसत... कपबशी पुढे करतात...)

दत्ता : इतक्या उशिरा कशाला गं, गेलेत अप्पा बाजारात? काय संपलं होतं एवढं मुद्दाम जाऊन आणायला?

आई : (कपबश्या घेऊन आत जाता जाता) पाय मोकळे करून येतो, म्हणून गेलेत पण... जाताना पिशवी मात्र अगदी न सांगता बरोबर घेतलीय्. विसूभावजी यायचेत ना आज... त्यांच्या आवडीचं आणायचं असेल, काही तरी...

दत्ता : (आनंदाने) काका येतायृत...? कधी...? कुणाकडून आलाय् निरोप?

आई : (कपबश्या विसळून, देवापुढे दिवा लावायच्या तयारीत...) निरोप कुणाकडून येतोय्? पत्र आलंय् भाऊजींचं.

दत्ता : पत्र...? कुठाय्...?

आई : ते काय बाहेरच ठेवलंय् इन्लँडलेटर... टेबलवर असेल.

(दत्ता तत्परतेने झेपावत टेबलवरचं इन्लॅंड घेतो. उघडून वाचतो. नाराज... बंद करता यावं, म्हणून इन्लँड लिहिलंय्. एरवी मजकूर हा एवढाच. त्रोटक दोन ओळींचा, माणूस गेल्यानंतर लिहितात, तसा)

आई : (देवापुढे दिवा लावून, नमस्कार करीत असतानाच, हे शवटचं वाक्य ऐकतात. चिडतात.) दत्ताऽ... असलं काय अभद्र बोलावं, रे, तिन्हीसांजेला?

दत्ता : मग काय तर...? 'महत्त्वाच्या कामासाठी दुपारच्या गाडीनं निघून संध्याकाळी मुंबईला मुक्कामालाच येतोय्. कामाबद्दल समक्ष भेटीत...' ही काय पद्धत झाली... पत्र लिहायची?

आई : (उदबत्ती लावून, फोटोंना ओवाळायला बाहेर येत...) विक्षिप्तपणा गेलेला दिसत नाहीय् भाऊजींचा अजून...

दत्ता : मग काय तर! त्यांच्या या असल्या तऱ्हेवाईक वागण्यानंच माणसं तोडलीयृत काकांनी...

(हे वाक्य, भाजीची पिशवी न् काठी घेऊन, लोटलेलं दार ढकलून आत येताना अप्पा नेमके ऐकतात... त्याच अनुषंगाने आत येताच...)

अप्पा : कोण तऱ्हेवाईक...? माझा... विसू...? तू... दत्ता... (त्याला शांतपणे बजावल्यासरखे) तो आज आला, की त्याच्यासमोर बोलणार नाही आहेस असं काही... मनातसुद्धा आणणार नाही आहेस असले विचार... नीट वागणार, बोलणार आहेस त्याच्याशी...

दत्ता : अप्पा, पण हे पत्र?

अप्पा : वाचलंय् मी ते. असू दे. लिहू दे. त्याला हवं ते, न् हवं तसं. त्यात काही शिवीगाळ तरी केलेली नाही ना, तुला न् मला? लिहू... दे... अरे, अबोला सोडून येतोय् तो आपण होऊन ... यातच सगळं आलं. (पिशवीतून भाजीची पेंडी काढून आईकडे देत) आणि बरं का, गं, काही गोडधोड कर, तुला हवं ते, पण एवढी मेथीची भाजी कर आजच. उद्या आणि सकाळच्या जेवणापर्यंत थांबतोय् की नाही... कुणास ठाऊक!
(आई भाजीची पेंडी घेऊन तिथंच ठेवतात भिंतीलगत ... आत जाऊन विळी, ताट घेऊन बाहेर येतात, भिंतीलगत टेकून भाजी निवडायला, चिरायला लागतात...)

अप्पा : राधाकाकींना जाऊन वर्ष होईल हळूहळू. कितपत सावरलाय् विसू, पांडुरंगाला ठाऊक! ... आता येतोय् यातच सगळं आलं. झालं गेलं, गंगेला मिळालं म्हणायचं... आणि...

आई : झालं गेलं म्हणायला काय घोडं मारलं होतंत हो, तुम्ही त्यांचं..?

अप्पा : बाई गं, संकटांचे घाव सोसून खचला होता तो.

आई : अहो, होऽ... पण संकटं काय आपण लादली होती का त्यांच्यावर? भोग म्हणायचे ते ज्याचे त्याचे. संकटं तुमच्यावर काय कमी आली? दत्ताच्या आधीच्या चारही खेपा... होतील तशी दोन दोन वर्षांच्या अंतरानं गेली मुलं आपली... काळजाचे लचके तोडून गेल्यासारखी... कमी यातना झाल्या आपल्याला ...? आपण नाही कधी कुणावर रुसून बसलो...?

अप्पा : (गंभीर वळण लागतेयसं पाहून त्यांना समजावत) अगं, पण...

आई : हे बघा, तुमचा एवढा जिवाभावाचा मित्र म्हणवतायत् विसूभाऊजी.

आपलं लग्न झाल्यापासून पाहत आलेय् मी, जुळ्या भावासारखी माया करीत आलायृत तुम्ही त्यांच्यावर... राधाकाकू गेल्या, आपण दोघं समाचाराला धावलो, तेव्हा नीट वागले, बोलले, ते आपल्याशी...? 'संयोगितेला मी चार दिवस नेऊ का' म्हटलं, तर नको म्हणाले, 'पोर आपली, आपल्या घरीच बरी' म्हणाले, म्हणजे आम्ही परके...

अप्पा : अगं, पण राधाकाकूंच्या आजारपणानं न् जाण्यानं खचला होता तो...

आई : सगळं खरंऽ, पण माणसाला व्यवहार म्हणून काही...? दत्ता का आला नाही, म्हणून त्रासले किती...? आता आपण एवढे दोघं असताना, असं कुणाच्या मयताच्या समाचाराला जाण्याचं वय आहे का त्याचं?

अप्पा : राधाकाकींनी मुलगा मानलं होतं त्याला. पोटच्या पोरासारखं प्रेम होतं त्यांचं त्याच्यावर. जातानासुद्धा दत्ताची आठवण काढत होत्या, असं म्हणाला होता ना, विसू? मग भावनेच्या भरात काही बोलला विसू, त्याला वाटलं, ते... त्यात एवढं...

आई : हो. पण कॉलेजची परीक्षा हाकेच्या अंतरावर होती आलेली त्याची. त्या वेळी त्याला, 'त्या' वातावरणात न्यायचं, म्हणजे...

अप्पा : नेलं नव्हतं ना आपण...? मग झालं तर, तो बोलला, म्हणून काय झालं? आतून पिचून गेलेल्या माणसाची विचारशक्ती शाबूत का असते? आपण ऐकावं न् सोडून द्यावं. आता, सगळं विसरून, आपण होऊन, येतोय् ना तो...? मग...आपणही... मागचं सगळं विसरायचं... आणि (दत्ताकडे वळत) बरं का, रे दत्तात्रया, मुलगा मानलंय् त्यानं तुला. तिऱ्हाइतासारखं अलिप्त राहून, किंवा त्याला लागेलसं काही बोलून दुखवू नकोस, बाबा. नीट वाग, बोल त्याच्याशी. तेवढाच या म्हातारपणात दिलासा त्याला...(दत्ता मान हलवतो.)

आई : का येणार असतील, हो, विसूभाऊजी...?

अप्पा : अगं, का काय? वाटलं असेल त्याला, भेटावंसं... दत्तालाही पाहिलं नाहीय् त्यानं बरेच दिवसांत...

दत्ता : पण 'महत्त्वाचं' काम आहे, म्हणून लिहिलंय्...

आई : मला वाटतंय्, संयोगितेला एखादं स्थळ वगैरे पाहायचं असेल...

दत्ता : तरी त्याचं आपल्याकडे काय काम...?

अप्पा	:	(उत्साहाने) अरे, पुढची बोलणी, बैठक असेल काही तरी...मला न्यायचं असेल त्याला बरोबर... किंवा...कदाचित... इथलं मुंबईतलंच असलं स्थळ, तर इथं आपल्याकडे करायच्या असतील याद्या वगैरे...
आई	:	ठरलं असलं संयोगितेचं, तर देवच पावला, म्हणते मी. तशी ती आहेच कुणालाही पसंत पडावी, अशी. राधाकाकूंच्या संस्कारांत टापटिपीनं मोठी झालीय् पोर. जिथं जाईल, त्या घरचं भाग्य थोर म्हणायला हवं... (एकदम भानावर येत) अगंबाई, वाजलेत किती? या बोलण्याच्या नादात भान म्हणून राहिलं नाहीय् वेळेचं... (भाजीचं सगळं आवरत, विळी ताटातच ठेवून, जमिनीला रेटा देत उठत) किती वाजलेत हो...?
अप्पा	:	(जवळ जाऊन भिंतीवरल्या घड्याळाकडे पाहत) किल्ली कुठं दिलीय् घड्याळाला? सहालाच बंद पडलेलं दिसतंय् ...? दत्तात्रेया..., बघ, रे, तुझ्या हातातल्या घड्याळात...किल्ली देऊन, लावून टाकतो एकदाचं हे... (स्टूल घेऊन भिंतीजवळ ठेवतात...दत्ता पुढे होऊन 'मी देतो' म्हणत. स्टुलावर चढतो... किल्ली देतो... घड्याळ लावतो.)
अप्पा	:	(आत डोकावत) पावणेसात वाजलेत, गंऽ...
आई	:	(आतूनच) अगंबाई, हो काऽ...? स्वयंपाकाला लागायला हवं मला आता... तुम्हाला चहा करू का हो, आधी घोटभर...? मघाशी बाहेरून आलात, तेव्हा बोलण्याच्या नादात राहूनच गेलं विचारायचं.
अप्पा	:	नको एवढ्यात... आत्ता विसू येईल... तेव्हाच घेईन त्याच्या बरोबर...

(हळूहळू अंधार)

प्रवेश दुसरा

(वेळ साधारण अर्ध्या तासानंतरची. विसूकाका नुकतेच आलेत. पाय धुऊन आरामखुर्चीत विसावलेत. अप्पा खुर्चीच्या डोक्याशी कॉटवर बसतो. दत्ता काय काय... कसं बोलावं, न उमगून दाराआड स्वयंपाकघरात... आई दोन हातांत कपबश्या घेऊन येतात. एक

अप्पांकडे देतात. दुसरी घेऊन खुर्चीजवळ येतात.)

आई : भाऊजीऽ... चहा आणलाय्...

विसूकाका : (अलगद डोळे उघडतात... प्रवासाचा... विचारांचा शीण चेहऱ्यावर...) थोडं पाणी हवं होतं आधी...

(दत्ता आतनं तांब्याभांडं घेऊन येतो. विसूकाकांना देतो. काका घोटभर पाणी पिऊन तांब्याभांडं त्याच्याकडे देताना डोळे भरून त्याला पाहतायृत...जाणवेलसं. तांब्याभांडं तो आत ठेवून येतो, तोवर आई चहाचा कप काकांकडे देतात... दोन्ही खांद्यांवरून पदर घेत वाकून - नमस्कार करतात...)

आई : भाऊ जी, नमस्कार करते हं...

विसूकाका : असू दे... असू दे... सुखी भव...

दत्ता : (आई त्याला खुणेनंच नमस्कार करायला सांगताच) काका... नमस्कार करतो...

विसूकाका : अरे... अरे, असू दे... औक्षवंत हो, बाळा... दत्ता... किती, रे, मोठा झालायृस? (त्याच्याकडे एकटक पाहत, भरून येतोयृशा आवाजात) आठवण आहे ना, बाबा, या बापाची...?

आई : (अप्पांची न् काकांची, चहा संपलेल्या दोन्ही कपबश्या घेत) इश्श, हे काय? भाऊजी...? विसरेल कसा? पावलोपावली आठवण निघतेय् तुमची. तुम्हीच रागावलात आमच्यावर...

विसूकाका : मी..., नाही, बुवा कुणी सांगितलं, वहिनी, तुम्हाला...?

आई : (कपबश्या आत घेऊन जात असता दार ओलांडण्यापूर्वीच थबकतात. मागे न वळताच... शांतपणे) सांगायला का लागतात अशा गोष्टी. भाऊजी...? माया असते, त्यांना ती तुटलेली आपसूक समजते. (एकदम वळून भरलेल्या आवाजात) रात्र रात्र डोळ्याला डोळा नव्हता त्यांच्या, गेल्या वर्षी आम्ही तुमच्याकडून परतलो, तेव्हापासून. 'का' ते विचारा त्यांना...

(तटकन आत जातात. कपबश्या विसळून पदराला हात... न्... तोंड पुसत बाहेर येईपर्यंत)

विसूकाका : (खुर्चीतून उठून...अप्पांजवळ कॉटवर टेकतात... त्यांच्या खांद्यावर थोपटत गहिवरल्या आवाजात) अप्पाऽ...

अप्पा : विसू..., गड्या... काही जळमटं असली मनात, तर बोल मन खुलं करून... असा ओळखूही येणार नाहीस इतका... बदलून नको, रे, जाऊस.

विसूकाका : (सगळं उमजून, पुन्हा उठून खुर्चीकडे येत... शांत, पण ठाम स्वरात) मी कुठं बदलतोय्, अप्पा...? मी 'तो'च आहे.'तो'च न् होतो तसाच. तुम्हा सर्वांचे माझ्याकडे पाहायचे चश्मे मात्र बदललेत...

अप्पा : (दुखावल्या स्वरात) आमचेसुद्धा...?

विसूकाका : नाही, तर मग मी बदललोय्, असं का वाटलं, बाबा, तुला? अप्पा, माझं हे रोखठोक वागणं, बोलणं, हा स्थायीभाव आहे माझा लहानपणापासूनचा. माहिताय् तुला ते. राधेला नाही आवडायचं मी असं कुणाला स्पष्ट बोललेलं. मग तिच्या मनाचा विचार करून गप्प राहायचो मी खूपदा. आता.. ती... गेली. आता तिला न आवडायला, न् म्हणून मला अडवायला ती आहेच कुठं...? राधा गेली, आणि इतकी वर्षं दडपून टाकलेला..., दाबून ठेवलेला ... तो स्वभाव, ताजातवाना व्हायला आल्यासारखा उसळी मारून वर आला, एवढंच! तुला सांगतो, अप्पा, राधा गेली खरी... पण जाताना मला, साऱ्या जगाची अगदी नीट ओळख करून देऊन गेली...

अप्पा : (त्यांचं बेभान होत जाणं... थोपविण्यासाठी) विसू...

विसूकाका : (त्या गावचेच नसल्यासारखे... स्वतःच्याच नादात...) राधा अर्धांगानं लुळी होऊन अंथरुणाला खिळून होती... थोडी थोडकी नव्हे...अख्खी चार वर्षं! संयोगिता तेरा-चौदा वर्षांची; पण त्या तेवढ्याशा वयातही घरचं हवं नको पाहिलंन् पोरीनं. ती पोर तशी आडवयाची... न् मी...? मी हा असा... थकलेला. तरीही दोघांनी मायेपोटी जमेल तशी, तितकी... सेवा केली राधेची... पण उजाडल्या प्रत्येक दिवशी वाटत राहायचं... आपण कमी पडतोय् कुठं तरी... राधेचं व्यवस्थित नाही करू शकत... ती बिचारी त्या भोगवट्यातही शांत असायची... पण मला स्वास्थ्य नव्हतं...! एरवी सतत आमचा पाहुणचार झोडलेले न् या माऊलीच्या हातचं अगत्यानं केलेले चार घास खाऊन तृप्त होऊन जाणारे कमी नव्हते. अप्पा, आमचे नातेवाईक पण, पंख तुटल्यासारखी ती जशी अंथरुणाला खिळली,

तेव्हापासून कुण्णी कुण्णी नाही फिरकले, रे, घरी... चौकशी करायचे, ते चार हात अंतरावर सुरक्षित राहून... राधा गेली ना, त्या एका रात्रीत... मी त्या अनुभवानं दहा वर्षं काळाच्या पुढं जाऊन माझं म्हातारपण पाहू शकलो... तिथं कोण होतं...? राधेजवळ संयोगिता होती, मी होतो... पण... तिथं? कुणीही ... नाही... संयोगिता आपल्या संसारात अडकलेली... न् मी एकटा... एकटा...! सोबतीला होतं... त्या एकटेपणाइतकंच परावलंबी, दीनवाणं म्हातारपण...!!

अप्पा : (दुखावल्या स्वरात) विसू... हीच पारख केलीस का, रे, माझी...? (उठून दत्ताला जवळ ओढत) ह दत्तात्रेय माझा, मुलगा मानीत आलाय... हा काय तुझ्या इस्टेटीवर डोळा ठेवून तुला बाप मानतोय असं वाटतं का, रे ...?

तुझ्या म्हातारपणी...तो... तुझं काहीच करणार नाही, असं म्हणायचंय् तुला ...

विसूकाका : (भारावून... अतीव समाधानाने) तुझ्याबद्दल ..., दत्ताबद्दल..., मी तसं काही म्हटलं...? तुला एक सांगू, अप्पा...? संयोगितेचं एकदा स्थिरस्थावर झालेलं पाहिलं, की राहील ते सगळं या दत्ताचंच...! पण बरं का रे, दत्ता... हे सगळं फुकटचं मिळायचं नाही बरं तुला! (हसतात) माझा मुलगा, म्हणजे संयोगितेचा भाऊच तू माझ्या. ते 'भाऊ पण' शेवटपर्यंत निभवायला हवं... उद्या तिचं लग्न झालं, की तुझं घर, हे तिचं माहेर. तिचं सगळं मोठ्या भावाच्या मायेनं करावं लागेल तुला. नाही केलंस, आणि दिलेलं नुसतं गिळून बसलास, तर भूत होऊन मानगुटीवर बसेन तुझ्या... (हसत राहतात)

अप्पा : (अजूनही गंभीर) अगदी वरचं बोलावणं आजच आल्यासारखं हे सांगायचं काम घेऊनच आज आलायस का मुद्दाम...?

विसूकाका : (सावरून बसत) अंहं... हे आपलं सहज, विषय निघाला, म्हणून... खरं महत्त्वाचं काम दुसरंच आहे.

आई : (विसूकाका हे बोलत असतानाच बाहेर येत असतात) पानं घ्यायची का...? की गप्पा संपायच्यात अजून...?

(सर्व जण हळूहळू मंद होणाऱ्या प्रकाशात... तेजाळ प्रकाशझोत... फक्त विसूकाकांवर स्थिर होत असतानाच...)

विसूकाका : गप्पा संपल्यात, वहिनी... आणि महत्त्वाच्या कामासंबंधी बोलणं म्हणाल, तर ते जेवणानंतर...! हो... कारण... महत्त्वाचं काम घेऊन आलोय्, ते काही कारणानं फिसकटलं, तर मग सुग्रास जेवणाची चव सगळी विस्कटून जाईल... तेव्हा आधी पानंच घ्या... जेवून घेऊ पोटभर...

(पूर्ण अंधार)

प्रवेश तिसरा

(स्थळ तेच. जेवणं आवरूण सर्व जण बाहेर विसावलेत...केर काढणं, अंथरुणांची व्यवस्था, तांब्याभांडं भरून आणून ठेवणं... बाहेरच्या दाराला कडी घालून ठेवणं...ही सगळी कामं दत्ताची... संवाद सुरू असतानाच तो ती आवरतोय्. जेवणानंतरचा आतला पसारा आई आवरतात न् झाकपाक आवरून काही तरी काम घेऊन बाहेर येऊन, भिंतीला टेकून बसतात... काम करत.)

विसूकाका : एक बातमी आणलीय् तुमच्यासाठी...

अप्पा : (आश्चर्यानं) बातमी?

विसूकाका : होय...(थोडं थांबून) संयोगितेचं लग्न ठरलंय.

आई : (हातांतलं काम टाकून बाहेर येत... आनंदानं) बघा, मी म्हटलं नव्हतं तुम्हाला? (पुन्हा सगळं आवरून बाहेर येण्यासाठी जात)

अप्पा : कुठलं रे, स्थळ...?

विसूकाका : इथलंच, मुंबईतलं. चांगला आहे मुलगा. माणसंसुद्धा. बापट आडनाव. मुलगा डबल ग्रॅज्युएट आहे. भक्कम पगाराची नोकरी आहे. तब्येत उत्तम आहे... भरलेलं घर आहे... आणखी काय हवं? त्यांनाही मुलगी पसंत आहे...

अप्पा : (समाधानानं) अरे, व्वा... छान बातमी आणलीस, सुटलास, बाबा, मोठ्या जबाबदारीतून...

विसूकाका : अक्षता पडून, मुलगी सासरी जाईपर्यंत...'सुटलो' म्हणून सुस्कारा सोडता येणार नाही, बाबा...

अप्पा : अरे, मुलगी पसंत पडलीय्, मग काळजी कसली?

विसूकाका : काळजी इथूनच तर सुरू झाली. म्हणूनच पत्र लिहावं लागलं तुला... (सर्व जणच थोडेस सावध. आई एव्हाना झाकपाक आवरून, हातांत काम घेऊन बाहेर येऊन बसलेल्या) अप्पा, अडचण आली, तेव्हा प्रथम आठवण झाली...ती, तुझी!

अप्पा : अरे, मग संकोच का? बोल ना मोकळेपणानं...

आई : (मनापासून) मी आधीपासून महिनाभर मदतीला येऊन राहीन, भावजी... करण्यासवरण्याची काळजी तुम्ही करू नका...

विसूकाका : काळजी करण्यासवरण्याची नाहीये मला, वहिनी... ते सगळं तुम्हाला न विचारताच मनोमन तुमच्यावर सोपवून ठेवलंय् मी केव्हापासून... प्रश्न आहे पैशाचा...

(सर्व जण त्या क्षणी थबकतात... विसूकाका सर्वांची प्रतिक्रिया पाहत राहतात...)

अप्पा : (काही क्षणांनी) पैशाचा...

विसूकाका : होय, अप्पा. तुझ्यापासून काय लपवायचं? सगळ्या हौसामौजा मारून... काटकसर करून..., संयोगितेच्या लग्नासाठी म्हणून साठवलेली रक्कम राधेच्या आजारपणात संपून गेलीय्. आता, त्यातून थोडं सावरतोय्, एवढ्यात अगदी अनपेक्षित हे सोन्यासारखं स्थळ सांगून आलंय् संयोगितेसाठी...! त्यांच्या मागण्या अडवणूक करणाऱ्या नाहीयुत; पण...माझं म्हणून जे काही संयोगितेला द्यायचं, ते या निमित्तानं, या वेळी देता आलं तर दिसायलाही बरं दिसेल, आणि व्यवहारालाही धरून होईल. (थोडं थांबून... सांगावं, की नाही, या विचारात) मला सगळ्या हिशेबांचा मेळ घालून बघितला, दहा हजारांची तूट येतीय् रे... ती रक्कम तुझ्याकडून हवीय् मला... पुढच्या वर्षी तुझे पैसे एकरकमी परत करेन...

(आई हे ऐकताच... जमिनीला रेटा देऊन उठतात. काम तिथंच ठेवून. दाराआडून दत्ताला हाक मारतात...)

आई : दत्ताऽ, अरे, भांड्यात ओतून ठेवलेलं तुझं दुध तसंच पडलंय् कधीपासून... घेऊन टाक बघू ते...

दत्ता : (आत जाऊन) दूध घेतलंय् मी मघाशीच...

आई : (दबलेल्या आवाजात) माहिताय् मला ते. हे बघ, हे आहेत भोळे सांब. पटकन् हो म्हणतील. मी मध्ये काही बोललेलं वाईट दिसेल...तू थांब तिथंच बाहेर...

(तो बाहेर येतो. विसूकाकाची अनपेक्षित मागणी ऐकून अप्पा विचारात पडलेले. विसूकाका अस्वस्थ. अप्पा उठून येरझाऱ्या घालू लागतात...)

विसूकाका : (त्याची चलबिचल ओळखतात) अप्पा, दहा हजारच हवेत. तेसुद्धा फक्त एक वर्षासाठी... वर्षाच्या आत तुझी पै न् पै परत करेन मी... व्याजासकट... त्याशिवाय महायात्रेला प्रयाण नाही करायचा मी...

अप्पा : (थांबून... त्यांच्याकडे वळून... दुखावल्या स्वरात) व्याजाचा विषय काढलास, विसू...? आणि अशी एकदम 'महायात्रेची' भाषा नको गड्या, बोलूस. असं येणं किंवा जाणं कुणाच्या हातात का आहे? तू माझे पैसे बुडवशील, पळून जाशील, मला फसवशील, असं मनात येणं तरी शक्य आहे का माझ्या...? पण... माझी परिस्थिती तुला...

विसूकाका : खरं सांगू...? बिलकूल माहीत नाहीय्... कुणाच्या पैशाअडक्याच्या चौकशा आजवर मी कधीच केल्या नाहीयत... तूसुद्धा किती मिळवलेस, किती खर्च केलेस, कुठं न किती गुंतवलेस, साठवलेस, याची पंचाईत... मी ... कधी केलीय...? आज परिस्थितीनंच असं नाक न् तोंड दोन्हीही दाबून धरलंय्, म्हणून घुसमट चाललीय् माझी... आणि मदतीसाठी... धाव घेतलीय् मी तुझ्याकडे...तसे नातेवाईक पासरीभर आहेत माझे, त्यांतले काही गडगंजही आहेत...शब्द टाकायचा अवकाश... पैसे मिळतीलही मला... पण शब्द टाकण्यासाठी मागणाऱ्याजवळ जो मोकळेपणा आवश्यक असतो, तो वाटत नाहीय् मला त्यांच्याबद्दल... तुझ्याबाबत तो वाटतो, म्हणून इथं आलो... आता एक कर...'नाही' म्हणू नको... दत्ताला माझा मुलगा मानलाय् मी..., तसं, अप्पा, संयोगितेला तुझीच मुलगी समज... तुझ्या मुलीचं लग्न असतं, तर जीव गहाण टाकून केली असतीस ना तू तरतूद...? मग आता 'नाही' नको म्हणूस...

आई : मी म्हणते, भाऊजी...

विसूकाका : (त्यांना थांबवत) वहिनी, कृपा करून या व्यवहारात, या क्षणी तुम्ही नका बोलू. (अप्पा चमकून विसूभाऊंकडे पाहतात...) विनंती

समजा माझी ही पण. हा निर्णय अप्पाला, न् फक्त अप्पालाच आणि तोही स्वतःच्या मनानंच घेऊ दे. माझ्या या अशा परिस्थितीत... तो एकटाच योग्य न्याय देऊ शकेल... मला...

अप्पा : (मनाशी काही ठरवून) विसू... गड्या...

विसूकाका : अप्पा, असा गोंधळून जाऊ नकोस. भावनेच्या आहारी जाऊन निर्णय घेऊ नकोस... मला तुझे पैसे तसेच नको आहेत. हे बघ, गावाकडे माझी थोडी जमीन आहे... ती घे न् एवढी रक्कम दे... आज तू नाही म्हणालास, तर मनाविरुद्ध मातीमोलानं ती जमीन विकावी लागेल मला... न् ती घ्यायला टपून बसलेत डोमकावळे गावाकडे, पण काही झालं तरी...ती जमीन... बाहेर दुसऱ्या कुणाला विकणार नाही आहे मी... तो फायदा... तूच घे. तसं कर्ज वजा जाता... विम्याचेही पैसे यायचेत माझे, पण त्यालाही आठ-दहा महिने हवेत अजून... ते आज यायचे असते, तर तुझ्याकडे असे पैसे मागायची वेळच नसती आली...

अप्पा : विसू, अरे, तुझी जमीन घेऊन मी करू काय? माझी आख्खी हयात इथं मुंबईत गेलेली. दत्ताही पुढंमागं इथंच स्थायिक व्हायचा, त्या जमिनीचा उपभोग, अगदी हक्काची झाली, तरी मी घ्यायचा कसा न् केव्हा...?

विसूकाका : (खचलेल्या स्वरात) अप्पा, ही जमीन विकून वीस-पंचवीस हजार सहज उभारू, असं वाटलं होतं... खूप आधार वाटत होता या तुकड्याचा... पण आज मी गरजवंत, म्हणून घेणारा दुसरा कुणी इसारा म्हणून तातडीनं त्याच्या निम्मी रक्कम एकरकमी नाही द्यायचा. मग त्या चोरांना तो सोन्यासारखा तुकडा विकण्यापेक्षा तूच घे... मला चार पैसे कमी मिळाले, तरी मनात उलघाल नाही व्हायची... ताटातलं वाटीत जाईल, एवढंच...! माझीही गरज भागेल.

अप्पा : (काय बोलावं, या गोंधळात... काहीतरी बोलायचं, म्हणून) काय, गं...? ऐकतेय्स ना...? घ्यायचीय् का जमीन आपल्याला?

आई : आहे कुठं ती...?

विसूकाका : गावातल्या वेशीजवळ आंबराईमागंच आहे. तशी मोक्याची आहे जागा...आणि...

अप्पा : बघू... आणलाय्स नकाशा...?

विसूकाका : मी आणला नाहीय् आज... पण तू हो म्हण. असाच जातो पहाटे

उठून आणि त्याच पावली... कागदपत्रं घेऊन माघारी येतो...

अप्पा : बरं, तू आण तरी कागद... तोपर्यंत पैशाची जुळणी कशी न् कितीची होतेय्, ते पाहता येईल... काय.. गं?

आई : मी.. काय बोलावं... तुम्ही दोघं ठरवाल तसं...

प्रवेश चौथा

(स्थळ तेच. दुसऱ्या दिवशीची पहाट संपलीय. प्रकाश होतो, तेव्हा विसूकाका तिथं नाहीयृत. ते नुकतेच बाहेर परगावी गेलेत. दत्ता त्यांना पोचवायला बाहेर पडलाय्... बाहेरच्या खोलीतील पसारा आवरत असताना...)

आई : पेच टाकून गेले नाही, हो, भाऊजी ...?

अप्पा : अगं, त्यात पेच कसला? गरजवंत आहे तो. हक्कानं न् विश्वासानं आला आपल्याकडे... आता हीच वेळ आपल्यावर आली असती, मी तरी विसूखेरीज कुणाकडे धाव घेणार होतो?

आई : (थबकून...संशयानं) म्हणजे... घेणार तुम्ही जमीन?

अप्पा : जमीन घ्यायची की नाही हा पुढचा प्रश्न आहे. आत्ता पैसे तात्काळ कसे उभे करायचे, हे पाहायला हवं. खरं तर, फारच जाणून धरलं मी, असं आता वाटतंय्. त्यानं शब्द टाकला, तेव्हाच त्याला आधार द्यायला हवा होता...तू काळजी करू नको, मी करीन व्यवस्था...' असं निदान म्हणायला हवं होतं. ... मग पुढं एक-दोन हजार कमी पडले असते, तरी केली असती त्यानं काही तरी व्यवस्था... पण वेळ ओढून काढणं महत्त्वाचं होतं...

आई : पण इतके पैसे एकदम... एकरकमी...

अप्पा : गोळा करून द्यायला तर हवेत...

दत्ता : (वरील संभाषण सुरू असतानाच आत येत असतो) जमीन घ्या तुम्ही, अप्पा, त्यांची...

अप्पा : कोण दत्ता... दत्ता...? मिळाली का, रे, दत्ता जागा त्याला व्यवस्थित...?

दत्ता : हो. येताना शेजारच्या मोहन कर्वेलाही निरोप ठेवून आलोय्. तो येईल एवढ्यात... त्यानं लॉ पूर्ण केलंय् याच वर्षी... प्रॅक्टीसलाही यायला लागलाय्..., त्याचाही सल्ला घ्या तुम्ही, हवं तर...

अप्पा : दत्ता... दत्ता, तू बोलतोयस हे...? तू...? अरू, विसूकाका तुला आपला मुलगा मानतोय्... तुला, आता माझ्याजागी आहेत... ते... तरीही... तू...

दत्ता : (खूप विचारांती बोलल्यासारखा... शांतपणे) होय, अप्पा. पण मी मिळवता नाहीय् ना अजून...? शिक्षण पूर्ण व्हायचंय् माझं अद्याप. हे पैसे... एकरकमी... तुम्हाला द्यावे लागणार आहेत... तुमची आजवरची ओढघस्तीची परिस्थिती..., पै पै जमवताना, साठवताना, तुम्हां दोघांची होणारी दमछाक, तुम्ही केलेली टोकाची काटकसर... सगळं समजायला लागल्यापासून जवळून पाहत आलोय् मी... म्हणूनच म्हणतोय्, एवढी मोठी रक्कम तशीच शब्दाखातर देण्यापेक्षा विसूकाका आपण होऊन म्हणतायृत, तर जमीन घ्या तुम्ही त्यांची...

आई : दत्ता, अरे..., पण... कुणी पाहिलीय् ती जमीन... कशी न् काय आहे...?

दत्ता : जमिनीत काय पाहायचंय्...? काका काय फसवणारायृत?

आई : अरे, हजारो भानगडी असतात. अगदी वीतभर तुकडा म्हटलं, तरी विसूभाऊजींचा नातेवाइकांचा गोतावळा किती आहे, माहिताय् ना, तुला...?

अप्पा : पण, अगं, त्याचं पटत कुठं होतं कुणाबरोबर...?

आई : (त्यांना समजावत) हे बघा, भाऊजींवर माझा विश्वास नाही, असं नव्हे; पण जमीन घ्यायची असेल, तर सगळ्या गोष्टींची नीट चौकशी करून मग घ्या... (एवढ्यात मोहन कर्वे येतो) अगदी देवानं धाडल्यासारखा आलास, बाबा. मोहन... ये..., बैस...

मोहन : जमीन म्हणजे शेतजमीन आहे, की प्लॉट...?

अप्पा : शेतजमीन आहे, म्हणत होता.

मोहन : कोरडवाहू, की बागाईत...?

अप्पा : त्यातली काही नीटशी कल्पना नाही, बाबा मला...

मोहन : हे पाहावं लागेल... अप्पा, आधी... बरं, कुणाच्या नावे आहे ती...?

अप्पा : विसूभाऊच्याच...

मोहन : टायटल क्लिअर आहे ना?

अप्पा : म्हणजे?

मोहन : अहो, तोच तर महत्त्वाचा आहे मुद्दा. त्या जमिनीवर आणखी कुणाचे क्लेम..., कुळांचे हक्क..., भाऊबंदकी, काय काय आहे,

ते बघावं लागतं... तसं काही नसल्याचं सर्टिफिकेट लागतं मामलेदाराचं...

अप्पा : हे बघ मोहन, विसू माझा विश्वासू मित्र आहे. सरळमार्गी माणूस आहे तो. अशी भानगडीतली जमीन तो माझ्या गळ्यात मारणार नाही...

मोहन : अप्पा, व्यवहार म्हटला, की त्यात अंदाज नकोत. तुमचे स्नेही एकटे सरळमार्गी असून काय उपयोग? त्यांच्या भाऊबंदकीतल्या कुणी खोडसाळपणा केला, तर कोर्टाच्या पायऱ्या नंतर तुम्हाला झिजवाव्या लागतील...त्यापेक्षा खरेदीखत करण्यापूर्वी सगळ्या गोष्टी बघाव्यात, हे उत्तम...!

अप्पा : पण, तसं काही असेल, तर विसूनं सांगितलं असतं मला स्वच्छ मनानं...

मोहन : अप्पा, मैत्री ती मैत्री आणि व्यवहार तो व्यवहार. तुम्ही काय किंवा त्यांनी काय, भावना आणि व्यवहार यांची गल्लत करू नये. कारण यात व्यवहार जर फसला, तर भावना मातीमोल होतात...आणि कायमची कुचंबणा होते. तुमची मैत्री अतिशय निकटची असेल, तर या व्यवहाराच्या फंदात पडू नका तुम्ही... सरळ त्यांच्या शब्दांवर विश्वास ठेवून पैसे द्या तुम्ही, पण देताना ते बुडणारच आहेत, असं समजून द्या...

अप्पा : म्हणजे?...

मोहन : एकदा पैसे दिल्यानंतर, तुम्ही आपणहोऊन ते परत मागून उपयोगाचं नाही. कारण मैत्रीत बाधा येईल. वेळेला मदत कराल, त्याची किंमत शून्य होईल. कदाचित स्नेहालाही याच गोष्टीची धास्ती वाटत असावी, म्हणूनच जमीनखरेदीचा पर्याय सुचवला असावा...

आई : तू, मोहन... लाखातलं एक बोललास, बाबा.

अप्पा : (विचारपूर्वक सगळ्यांकडे पाहत) म्हणजे एकंदरीत, मी विसूला पैसे देऊ नयेत, याबाबत तुम्हा सर्वांचं एकमत आहे, तर ...

मोहन : तसं अजिबात नाही, अप्पा. तुम्ही पैसे द्या, जमीन घ्या, पण त्यापूर्वी जमिनीची कसून चौकशी करा.

अप्पा : मोहन, विसू माझा जिवाभावाचा मित्र आहे. आज तो कात्रीत सापडलाय म्हणून हात पसरलाय त्यानं...त्याला असे बारीकसारीक प्रश्न विचारू शकणार नाही मी...

मोहन : मी विचारीन...

अप्पा : तू...?

मोहन : हो. त्यात काय? नाहीतरी जमीन खरेदी-विक्रीच्या व्यवहारांना वकील लागतोच. त्याच्या मध्यस्तीशिवाय हे व्यवहार होत नाहीत. तुमच्या स्नेह्यांनाही याची कल्पना असेल. हे तुमचा सल्लागार या नात्याने मी विचारेन त्यांना. ते अव्यवहारी होणार नाही, आणि तुम्ही काही विचारणार नसल्यानं, तुम्हालाही वाईटपणा येणार नाही... कधी येणार आहेत स्नेही तुमचे...?

अप्पा : (विचारात गढलेले) अं...? उद्या... उद्याच येईल , तो जमिनीचे कागदपत्र आणायला गेलाय...

मोहन : ठीक आहे. रक्कम तयार ठेवा तुम्ही. येईन उद्या मी. निघतो.

अप्पा : थांब, मोहन. भावना आणि व्यवहार यांची गल्लत करू नये, असं तुझं मत आहे, खरं ना...? म्हणूनच तुला थोडं स्पष्ट विचारतोय... रागवू नकोस...

मोहन : बोला ना, अप्पा...

अप्पा : या व्यवहारातला माझा सल्लागार वकील म्हणून, फी किती तुझी...?

मोहन : (आत डोकावत, हसतो...) काकू... तुम्हाला परवडेल माझी फी? कारण अप्पा, ती तुम्ही नाही, काकूंनी द्यायचीय...

आई : (दाराशी येत) मी? किती बाबा, ती ...?

मोहन : फक्त..., तुमच्या हातचा..., एक कपभर छानपैकी चहा...
(सगळे हसतात... मोकळेपणाने)

आई : चहाच ना...? तो टाकलाय मी मघाशीच... आता आणते...

(अंधार)

प्रवेश पाचवा

(स्थळ तेच. दुसऱ्या दिवशीची संध्याकाळ... विसूभाऊ नुकतेच आलेत... बाहेर बैठकीला सुरुवात... आई आत चहापाण्याच्या तयारीत असतानाच मधूनमधून बाहेर डोकावतात)

अप्पा : बरं का, मोहन, हे माझे स्नेही विसूभाऊ... आणि विसू, हे आमचे

लीगल ॲडव्हायजर... मोहन कर्वे...

विसूकाका : (खूप उदास...हताश...चेहऱ्यावरील हे भाव लपवू शकत नाहीत) लीगल ॲडव्हायजर?

मोहन : होय. नकाशा आणलाय ना जागेचा...? पाहू जरा...

विसूकाका : (अजून धक्क्यातून सावरलेले नाहीयेत्) अं...? नाही...नाही... मी विसरलो...

अप्पा : (आश्चर्याने) विसरलास...? तो आणायलाच गेला होतास ना ?

मोहन : हरकत नाही. चतुःसीमा माहीत असतील ना, तुम्हाला... त्या सांगा...सात-बाराचा उतारा आणला असलात, तर तो द्या...ॲग्रीमेंट करून टाकू...आज...नंतर दोन वर्तमानपत्रांत नोटीस दिल्यावर पंधरा दिवस थांबावं लागेल...तेवढ्या वेळात या व्यवहाराला कुणाची हरकत आली नाही... म्हणजे आपला मार्ग मोकळा झाला...

विसूकाका : पण...

मोहन : त्या जमिनीवर जर तुम्ही बोजा चढवून ठेवला असेल, असा संशय नाही आमच्या मनात. पण... एखाद्यानं खोडसाळपणाच करायचा ठरवला, तर काय घ्या? तुम्हाला मुलीच्या लग्नाची घाई, म्हणून गडबडीनं हा सगळा व्यवहार पूर्ण केला,
तर उद्या स्नेह्यांना त्रास नाही का होणार...?

विसूकाका : पण... मला रक्कम...

मोहन : हे बघा, जमिनीचा व्यवहार म्हटलं, म्हणजे हे सगळे सोपस्कार होणं आवश्यकच आहे...

विसूकाका : (अखेर नाईलाजाने... थोड्याशा कणखरपणे, पण स्वतःचा तोल जाऊ न देता) मोहनराव..., मी आल्यापासून तुम्ही एकटेच बोलताय्... आता... मी ... बोलू थोडं...? (अतिशय शांत राहायचा प्रयत्न करीत, भरलेल्या आवाजात) अप्पा... मी ...पैशांची व्यवस्था करून आलोय...(सगळे थक्क) (विसूभाऊ तटकन उठतात निरोप घेत) अप्पा, वहिनी..., दत्तात्रेया... तुम्ही सर्वांनी लग्नाला यायचं... चांगले आठ दिवस आधीपासून यायचं राहायला...,पत्र... पत्रिका पाठवतोच मी योग्य वेळी... मोहनराव, या निमित्तानं आपली ओळख झाली, आपणही यायचं कार्याला... अच्छा... निघतो मी ... नमस्कार...

(अप्पा 'विसू' म्हणत पुढे होतात... विसूभाऊंना थांबवण्यासाठी...)

आई : भाऊजी... खायचं करून, चहाचं आधण ठेवलंय मी... आणि परवासारखं जेवून आराम करून पहाटेच निघा... आता एवढी घाई कसली...?

विसूकाका : (अप्पांनी धरलेले हात सोडवून घेत, आईंना) नको, वहिनी..., खरंच अलीकडे जास्त चहा घेतला, तर त्रास होतो तब्येतीला. आणि... खाण्या-जेवण्याचं म्हणाल, तर खरंच सवड नाहीय् आता... एकदा अक्षता पडल्या, की मगच उसंत मिळेल जिवाला थोडी... तेव्हा रोज येईन जेवायला तुमच्याकडे... (कसेबसे हसत) बरंय... येतो मी ...(जातात)

(क्षणभर सुन्न शांतता... थोडा वेळ दारातच थांबून विसूकाका गेले, त्या दिशेला अप्पा एकटक पाहत राहतात... मग हताशपणे दार लोटून आत येतात... अस्वस्थपणे...)

मोहन : अप्पा, मी यायला नको होतं आज इथं...

अप्पा : (त्याला थोपटत) छे, छे! अरे, यात तुझी चुक कसली...? तू आलास, बोललास, ते चांगल्या हेतूनंच बरं का मोहन...तुझं काहीही चुकलेलं नाही...

मोहन : पण, अप्पा, मी इथं येणार, हे काही आधी माहीत नव्हतं त्यांना... मग 'कागदपत्र विसरलो' असं त्यांनी का सांगावं? त्यांनी येताना कागदपत्र बरोबर आणले होते, हे नक्की. पण इथं तुम्ही लगेच वकील वगैरे ठरवून ठेवला असेल, याची त्यांना कल्पना नव्हती. तशी अपेक्षाच नसावी त्यांना... म्हणूनच तर, माझी तुम्ही ओळख करून दिलीत तेव्हाच चेहरा पडला त्यांचा...

अप्पा : (अजूनही अस्वस्थच) नेमकं काय, ते एक त्या विसूलाच माहीत...बरं, जाऊ दे...

(असं म्हणत खुंटीवरच्या कोटाच्या खिशातून पन्नास रुपयांची एक नोट घेऊन ती हात धरून मोहनच्या हातात ठेवायच्या प्रयत्नांत असतानाच...)

मोहन : (दचकून हात मागे घेत...पाठीमागे सरकतो...) हे काय, अप्पा?

अप्पा : तुझ्या सल्ल्याची फी

मोहन : (दुखावलेला) अप्पा...

अप्पा : (त्याला थोपटत) माझे दहा हजार वाचावेत, म्हणून कमी का धावपळ केलीस तू? त्याची... ही...फी...

मोहन : अप्पा, भलतंच काय...? मी काय अशा फीच्या आशेनं आलोय इथं...? तुमचा माझा संबंध नाही?

अप्पा : संबध नाही कसा, मोहन..., आहे तर...! जसा माझा दत्तात्रेय तसा तू...! पण भावना न् व्यवहार यांची गल्लत आता तू करतोयस्... हे बघ... ही फी तुला घ्यावीच लागेल...

(पैसे त्याच्या खिशात ठेवत असतानाच हळूहळू संपूर्ण अंधार...)

प्रवेश सहावा

(अंधार. दिवस उलटून गेलेत. जेवणं आवरून, अप्पा आरामखुर्चीत विसावलेत. आई तिथंच जवळ कॉटला टेकून, खाली बसून अप्पांच्या धोतराच्या फाटक्या काठाला टीप घालतायत...)

आई : लग्न होऊन दोन दिवस उलटून गेलेत... दत्ता यायला हवा होता एव्हाना...

अप्पा : हं

आई : तुम्हाला त्या दिवशीच्या सगळ्या प्रकारामुळे कार्याला जाणं प्रशस्त वाटलं नाही...तब्येतीचं कारण पुढं करून तुम्ही मागे राहिलात... तुम्ही नाही, म्हणून मी नाही. दत्ताला एकट्यालाच धाडलं आपण...सगळेच गेलो असतो, तर दिसायलाही बरं दिसलं असतं ते... राधाकाकूही नाहीयेत, नातेवाईक सगळे, ते तसले... वेळेला आपण पुढं झालो असतो...,

अप्पा : (शांतपणे डोळे उघडून त्याच्याकडे रोखून पाहत) वेळेला पुढं झालो आपण..., गरज होती तेव्हा...? नाही ना? मग कार्यात नुसतं मिरवायला जायचं, ते कोणता मोठेपणा बरोबर घेऊन?...

(एवढ्यात बेल वाजते... शिवण तसंच बाजूला ठेवून आई

उठतात...'दत्ताच असेल तर बरं बाई' म्हणत दार उघडतात. दत्ता शांतपणे आत येतो. अंगभर प्रवासाचा शिण. चप्पल काढून, सुटकेस टेबलावर जवळ ठेऊन... पाय धुवायला आत जातो... हे होत असतानाच, तो चप्पल काढून आत वळल्याबरोबर...)

आई : शंभर वर्ष आयुष्य आहे बघ, दत्ता, तुला...

(दत्ता पाय धुवून... हात-तोंड पुसत आत येतो...)

अप्पा : कसं काय झालं कार्य?

दत्ता : (अडखळत...) अं...? झालं... चांगलं झालं...(पुढे येऊन सुटकेस टेबलावर ठेवून उघडतो...)

आई : जावई बरे आहेत...?

दत्ता : हो... छान आहेत...(सुटकेसमधून आहेराचा ढीग काढत) आई...ही साडी दिलीय् तुझ्यासाठी... (आवाज भरून येऊ पाहतोय) आणि, अप्पा... तुमच्यासाठी ... ही धोतरजोडी न् कापड... आणि माझ्यासाठी... (अनावर हुंदका) हे पाकीट...(तेही अप्पांकडे देतो... आई, अप्पा... संभ्रमात त्यांच्याकडे पाहतात.)

आई : काय झालं रे दत्ता...बोलले का भाऊजी तुला काही...? (मानेनंच नाही म्हणतो) अरे, मग झालंय काय...? बोलना, काय झालं...?

दत्ता : (आवेग थोपवून... उद्ध्वस्त आवाजात...) अप्पा, ते पाकीट देताना 'सांभाळून ने, न् घरी जाऊनच फोड,' म्हणाले होते विसूकाका. पण गाडीतच फोडलं मी ते... राहवलं नाही म्हणून... आत जमिनीचे कागदपत्र आहेत... (अप्पांकडून पाकीट घेऊन त्यातले कागदपत्र काढून अप्पांकडे देतो... चिठ्ठी उलगडतो न् वाचू लागतो...) आणि ही चिठ्ठी...
(विसूभाऊचा आवाज)
'प्रिय दत्तात्रेय..., अनेकोत्तम आशीर्वाद...
सोबतच्या कागदपत्रांवरून तुझ्या लक्षात येईल, की ती जमीन दोन वर्षांपूर्वीच मी तुझ्या नावावर करून ठेवली होती... हे सगळं मी केलं म्हणण्यापेक्षा, राधेनं हट्ट धरून माझ्याकडून करवून घेतलं होतं ते... ती गेल्यावर तीची इच्छा जपायची, म्हणून ही जमीन मला तिऱ्हाईताला विकता येईना न् विकायची नव्हतीही. त्यामुळं

अगदी नाईलाजास्तव अप्पांकडे शब्द टाकावा लागला. त्याला वकील वगैरे बोलावून व्यावहारिक स्वरूप दिलं जाईल, ही अपेक्षाच नव्हती...असो...अप्पाला म्हणावं, तो काय किंवा मी काय... मध्यमवर्गी कुटुंबवत्सल माणसं ... सद्हेतू न् व्यवहार यांची सांगड घालत असता, अशी दिशाभूल कधीतरी व्हायचीच. संयोगितेला सांभाळा. तुमच्या घराच्या रूपातलं तिचं माहेर तिला अखंड द्या. अप्पाला सांभाळ, त्याला म्हणावं, त्याच्यावर माझा राग नाहीय्...

(आवाज विरून जातो... आई-अप्पा डोळे पुसतायत्... दत्ता उठून टेबलाचा आधार घेऊन उभा राहतो...पाठमोरा गदगदणारा...)

आई : एवढं मन मोठं करून भाऊजींनी लाजवलंय आपल्याला... आता मुद्दाम एकदा भेटून... त्यांचा गैरसमज... दूर करू या आपण...(अप्पा होकारार्थी मान हलवत असतानाच... दत्ता आवेगानं... वळतो... टेबलाचा आधार घेऊन उभा 'नाही...नाही, ते... आत...शक्य नाहीय्...' म्हणून जोरानं मान हलवत राहतो.)

अप्पा : (वेगळ्याच शंकेनं धडपडत खुर्चीतून उठतात... त्याला धरून सावकाशपणे टेबलाजवळच्या लाकडी खुर्चीवर बसवतात.) काय झालंय्? दत्ता..., विसू नीट वागला बोलला ना, रे, तुझ्याशी ...?

दत्ता : हो खूप चांगले वागले. मला स्वतःलाच स्वतःची लाज वाटावी, इतके चांगले वागले... पण आपल्याला चूक सुधारण्याची संधी न देता गेले...जेवणं आवरून, मी नमस्कार करून निरोप घेऊ लागलो, तेव्हा हे सगळं दिलं माझ्याजवळ... मी वळून दारापर्यंत पोचायच्या आतच... कोसळले जागच्या जागी... (आई-अप्पा अवाक्... सगळी शक्ती गेल्यासारखे. टेकतात तिथेच)अक्षता टाकायसाठीच तग धरून उभे असल्यासारखे वाट पाहत होते विसूकाका... सगळं झालं... न् गेले... धावपळ करून डॉक्टरांना आणलं; पण नाही वाचले. डॉक्टर म्हणाले, 'पहिलाच पण जबरदस्त आहे ॲटॅक, त्यांच्या मनावर कोणत्या तरी गोष्टीचं विलक्षण दडपण असावं जाताना...' माझा...न् जावयांचा हात घट्ट पकडून संयोगितेला संभाळा म्हणाले न् मान टाकली... सगळा आनंदोत्सव विझून गेला... संयोगितेचा उद्‌ध्वस्त आक्रोश... कानांत घुमतोय्

अजून... आपण... विसूकाकांना ओळखलं नव्हतं. अप्पा...ओळखलं नव्हतं...

अप्पा : (डोक्याला हात लावून... हताश... विद्ध आवाजात) विसू...विसू...गड्या...,अरे, माझं म्हणणं ऐकून घेऊन... तुझा गैरसमज दूर करण्याची संधी मला देऊन, मग जायचं होतंस रे, तू... (म्हणत आक्रोश करतात...)

(आई न् दत्ता दुःख आवरून त्यांना सावरत असतानाच... अंधार... आणि...रेंगाळणारे करुण स्वर पार्श्वभूमीवर...)
(पडदा)

आंधळी कोशिंबीर

किशोर मोरे

प्रवेश पहिला

(केशवरावांचं घर. डावीकडे झोपण्याची खोली. उजवीकडे बैठकीची. मध्यमवर्गीयांच्या घरात साजेलसे पलंग, खुर्च्या, टेबल, टीपॉय, रॅक, इ. सामान. केशवरावांचं वय साठ. त्यांच्या पत्नी सरस्वतीबाईंचं पंचावन्न. वेळ दुपारी तीनची. पडदा वर जातो, तेव्हा केशवराव पलंगावर रेलून बसलेले दिसतात. त्यांच्या पायाला प्लॅस्टर आहे. सरस्वतीबाई बाहेर जाण्याच्या तयारीत.)

सरस्वतीबाई: (त्यांना चहाचा कप देत) मी लक्ष्मीरोडला जाऊन तुमचं औषध घेऊन येते... आलेच तासाभरात!

केशवराव : आणि कुलकर्ण्यांना भेटतेस ना?

सरस्वतीबाई: हो, वाटेत त्यांच्याकडेही जाऊन येते. तुम्हाला आणखी काही नको ना? तांब्या-भांडं भरून ठेवलं आहे. चहा घेतला, की कपात थोडं पाणी टाकून इथं बाजूलाच ठेवा. मला उशीर होतोय. आल्यावर आवरीन मी सारं! बाहेरून कुलूप लावू का?

केशवराव : नको; कुणी आलंबिलं, तर कुलूप पाहून परत जायचं. जाताना दार नुसतं लोटून घे!

सरस्वतीबाई: पण तुमचा जर मध्येच डोळा लागला, तर दारावर लक्ष कोण ठेवणार?

केशवराव : मी नाही झोपत! तू येईपर्यंत वाचत बसतो काहीतरी...

सरस्वतीबाई: पाहा हं.

केशवराव : नक्की!

सरस्वतीबाई: बरं तर!

(पायांत चपला सरकवून बाहेर पडतात. जाताना समोरचा दरवाजा लोटून घेतात. तोवर केशवराव चहा संपवून कपबशी बाजूच्या स्टुलावर ठेवतात, कपात थोडं पाणी टाकतात; अन् रॅकमधून जुन्या कात्रणांची फाईल काढून वाचू लागतात. त्यांचे वाचन सुरू असताना दिवे मालवतात.)

प्रवेश दुसरा

(चारचा सुमार. सरस्वतीबाई काहीशा थकलेल्या अवस्थेत परत येतात. हळूच दार लोटून दाखल होतात. केशवरावांचे वाचन सुरूच.)

सरस्वतीबाई: छान, मी गेल्यापासून सतत वाचन चाललेलं दिसतंय्! अहो, या वयात डोळ्यांना इतका ताण देणं बरं नाही.

केशवराव : तुम्हा बायकांचं तर्कशास्त्र काही औरच आहे, म्हणायचं. झोप यायला नको, म्हणून वाचत पडलो होतो; नाही तर दारावर लक्ष कसं ठेवणार? पडल्या पडल्या डोळा लागला असता, तर तिकडून म्हणाली असतीस, जाताना बजावून ठेवलं होतं, तरी झोपलात ना?

सरस्वतीबाई: तसं नाही, हो, सारखं वाचन करून करून डोळे दुखतील, म्हणून म्हटलं.

केशवराव : डोळे कसले दुखतात? वीस वर्षांपूर्वीची माझीच 'संपादकीयं' चाळत बसलो होतो. उद्या 'भरारी'नं सत्कार विशेषांकासाठी एखादा लेख मागवला, म्हणजे आपली तयारी असायला नको? बरं, कुलकर्ण्यांची भेट झाली का?

सरस्वतीबाई: झाली.

केशवराव : (उत्सुकतेने) काय म्हणाले मग कुलकर्णी? माझा पाय फ्रॅक्चर

झाल्याचं त्यांना माहीत होतं का? की आज तुझ्याकडूनच समजलं?

सरस्वतीबाई: (अंमळ थांबून) त्यांना दोन दिवसांपूर्वीच कुणी तरी सांगितलं होतं... आज-उद्या येणारच होते ते. फार वाईट वाटलं त्यांना हे सगळं ऐकून.

केशवराव : (गहिवरून) वाटायचंच वाईट, आता पूर्वीसारखं जाणं येणं राहिलेलं नाही, ते सोड. पण तीस वर्षांपूर्वी 'भरारी'साठी आम्ही दोघांनी हाडाची काडं केली आहेत, रक्ताचं पाणी केलं आहे. दिवस पाहिला नाही, की रात्र पाहिली नाही! म्हणूनच मासिकाला आजचं हे स्वरूप आलेलं आहे. कुलकर्णी मागचं विसरणारा माणूस नाही... केव्हा येतो, म्हणाले?

सरस्वतीबाई: दोन-तीन दिवसांत येतो, म्हणाले. सध्या फारच गडबडीत आहेत ते, पण तरी येणार आहेत.

केशवराव : (कौतुकाने हसत) या प्राण्याच्या मागची गडबड कधी म्हणून संपायची नाही. उद्या साक्षात यम जरी समोर येऊन उभा ठाकला, तरी कुलकर्णी त्याला बजावतील, थांबा थोडा वेळ, मी जरा गडबडीत आहे.'

सरस्वतीबाई: इश्श! काय मेलं हे बालणं तरी!

केशवराव : अगं, हे आजचंच नाही काही- मी आधीही त्याला कैक वेळा बोललो आहे. हे महाराज सदा गडबडीतच असायचे. मी ऑफिसच्या कामात बुडलेला असायचा आणि मध्येच कुलकर्ण्यांचा फोन यायचा, 'चौकटीत टाकण्यासाठी ताबडतोब मजकूर हवा!' कधी अचानक कवितेची मागणी करायचे. मग मी ऑफिसचं काम बाजूला सारून संध्याकाळपर्यंत दोन-चार कविता त्यांना छापखान्यावर नेऊन देत असे. कविता वाचता वाचता कुलकर्णी म्हणायचे, "केशवराव, कमाल आहे तुमची! अहो, आम्हाला उद्या यमाचे चरण दिसण्याची वेळ आली तरी असा एखादा कवितेचा चरण काही सुचायचा नाही... आणि तुम्ही मात्र कविता काय, अग्रलेख काय, नाटक काय, सिनेमा काय... सगळ्याच प्रांतांत तुमची लेखणी लीलया संचार करते... हेवा वाटतो तुमचा!" तुम्ही नसता, तर या 'भरारी' मासिकाचं काय झालं असतं, कल्पना करवत नाही... फार कौतुक होतं त्याला माझं! लाख माणूस!

सरस्वतीबाई: पुरे हं, औषधं घ्या आधी! (केशवराव भानावर येतात.)

केशवराव : पण कुलकर्णी कोणत्या गडबडीत होते... सांगितलंच नाहीस

तू!

सरस्वतीबाई: सांगत्ये ना. ते कुठलेसे रिटायर्ड जज्ज आहेत ना... काय बरं नाव सांगितलं त्यांनी...

केशवराव : ग्रामोपाध्ये का?

सरस्वतीबाई: हो, तेच तेच! त्यांचा एकसष्टी समारंभ आहे, म्हणे. कुलकर्णी विशेषांक काढणार आहेत... सत्कार समितीचे सभासद पण आहेत ते!

केशवराव : (अधीरतेने) कोणत्या तारखेला आहे समारंभ?

सरस्वतीबाई: काय योगायोग आहे, पाहा! तुमची आणि ग्रामोपाध्यांची तारीख एकच आहे. कुलकर्णी त्यासाठीच येणार आहेत तुमच्याकडे. दोघांसाठी एकच 'गौरव अंक' काढण्याचा विचार आहे त्यांचा. तुमच्याकडून काही कल्पनाही हव्या आहेत त्यांना...(तरतरी वाटून केशवराव उठण्याचा प्रयत्न करतात.) हां, हां, उठू नका. असं काही ऐकलं, म्हणजे हुशारी वाटून उत्तेजित व्हाल, हे माहीत होतं मला... थोडा वेळ स्वस्थ पडून राह पाहू!

केशवराव : (नाईलाजानं पडतात.) येऊ तर दे कुलकर्ण्यांना! कल्पनांना तोटा नाही आपल्याकडे. पडल्या पडल्या सगळा अंक काढण्याची उमेद आहे अजून माझ्याजवळ. (केशवराव बोलत असताना सरस्वतीबाई घर आवरण्यात गर्क आहेत. फाईल रॅकमध्ये ठेवणं, कपबशी-ग्लास आत नेणं, केशवरावांच्या पायांवर टाकलेली चादर सारखी करणं यांसारखी किरकोळ कामं त्या करू लागतात. केशवराव शांतपणे त्यांच्या हालचाली न्याहाळतात. काही क्षण शांतता .) उद्या तू गावात जाणार आहेस का?

सरस्वतीबाई: हो, जायलाच हवं. भाजी आणायची आहे, रेशनची साखर आणायची आहे.

केशवराव : माझं आणखी एक काम करायचं होतं. करशील?

सरस्वतीबाई: इश्श! हे काय वियारणं? न करायला काय झालं?

केशवराव : तसं नाही गं! मी हा असा दोन-अडीच महिन्यांपासून आडवा. घरातलं, बाहेरचं सगळं तुलाच पाहावं लागतं. त्यामुळं जास्तीचं काम सांगायला संकोच वाटतो.

सरस्वतीबाई: (जवळ येऊन बसत) मनातही आणू नका तसं. संकोच वाटायला मी का कुणी परकी आहे! तुमचा अधिकारच आहे तो. सांगा काय करू? आणखी कुणाला भेटायचं आहे का?

केशवराव : हो, तुला ते विद्याधर नाटक मंडळींचे देशपांडे आठवतात का - अगं, माझं 'चाफा खंत करी' नाटक बसवलं होतं, ते? (सरस्वतीबाई होकारार्थी मान डोलावतात.) त्यांना भेट. कर्वे रोडला राहतात ते...

सरस्वतीबाई: माहीत आहे मला!

केशवराव : त्यांना सांग मला भेटायला, नंतर पलीकडेच आपटे राहतात... त्यांना निरोप दे. आम्ही दोघांनी मिळून एका चित्रपटाचे संवाद लिहिले होते. माझ्या निरोपासरशी तेही धावत येतील. असल्या कार्यात त्यांचं पाऊल नेहमी पुढेच असतं. कुलकर्णी, देशपांडे, आपटे या मंडळींवर सत्कारसमारंभाची जबाबदारी सोपवली, की पुढचं काही पाहायला नको. माझ्यासाठी आनंदानं धावपळ करतील ही माणसं!

(सरस्वतीबाई उठतात. डाव्या विंगेतील स्वयंपाकघरात जातात. केशवरावही उठून बसतात. स्वतःशीच बोलू लागतात.)

केशवराव : आपटे आले, की सत्कार समिती बनवून इथंच एक बैठक घेऊ या... गौरव अंकाचं प्रकाशन, मानपत्र, हारतुरे, स्वागतगीत - सगळं कसं साग्रसंगीत व्हायला हवं. (सरस्वतीबाई आतून उदबत्ती आणि काड्याची पेटी घेऊन येतात. गणपतीच्या फोटोसमोर उदबत्ती पेटवून खोवतात.) स्वागतगीताचं कुणाला सांगावं बरं? ... हं, एकनाथबुवांना सांगावं... गायनक्लासातल्या मुलींकडून बसवून घेतील ते.

(केशवराव तंद्रीत जातात. त्यांच्यावर निळा स्पॉट! सरस्वतीबाई दूरवर शून्यात नजर लावतात. त्यांचे डोळे चमकतात. मुलींच्या समूहस्वरात स्वागतगीताच्या ओळी ऐकू येतात.)

अथ स्वागतम् - शुभ स्वागतम्
अथ स्वागतम् - शुभ स्वागतम्
आनंद मंगल - मंगलम्
आनंद मंगल - मंगलम्
अथ स्वागतम् - शुभ स्वागतम्
अथ स्वागतम् - शुभ स्वागतम्

हळूहळू आवाज विरत जातो. टाळ्यांचा कडकडाट. मग निवेदकाचा आवाज- ''बंधू-भगिनींनो! सुरेल स्वागतगीताची स्वरांजली वाहिल्यानंतर

पुष्पहार अर्पण करून आपण सत्कारमूर्तींचं स्वागत करू या. सर्वप्रथम सत्कार समितीच्या वतीनं श्री. विद्याधर देशपांडे हार अर्पण करून माननीय केशवराव गाडगीळांचे स्वागत करतील...''

(कॅमेऱ्याचे फ्लॅश लाइट चमकतात. टाळ्यांचा गजर ऐकू येतो. केशवरावांच्या डोळ्यांत आनंदाश्रू! टाळ्यांचा ध्वनी विरत असतानाच अंधार होतो.)

प्रवेश तिसरा

(दुसऱ्या दिवशीची संध्याकाळ. सरस्वतीबाई बाहेर गेलेल्या. केशवराव पलंगावर बसून पेशन्स खेळत आहेत. पत्ते पुन्हा नव्यानं मांडू लागतात. सरस्वतीबाई हळूहळू चालत बाहेरून येतात. घाम पुसतात. दार हलकेच लोटून बैठकीत येतात. त्यांना चपला काढण्याची सवड न देता केशवराव अधीर होऊन विचारतात.)

केशवराव : कोण कोण भेटलं? काय काय झालं?

सरस्वतीबाई: (हाश्हुश् करीत पलंगावर बसत) म्हातारपण, म्हणजे दुसरं बालपण म्हणतात ना... ते असं!

केशवराव : कोण म्हणतोय्, मी म्हातारा आहे, म्हणून? मी पुन्हा तरुण झालोय् कालपासून!

सरस्वतीबाई: पण आता तुम्हाला तरुण होऊन कसं चालेल, बाई? साठी समारंभ साजरा करायचाय् ना?

केशवराव : ते तर आहेच, गं! भेटले का पण सगळे?

सरस्वतीबाई: आधी हे विचारा, की मी एवढ्या लवकर घरी कशी परतले?

केशवराव : म्हणजे? सांग तरी!

सरस्वतीबाई: अहो, तुमच्या त्या आपट्यांनी मला मोटारीतून इथवर सोडलं.

केशवराव : आँ, त्यांनी मोटार घेतली? केव्हा?

सरस्वतीबाई: झाले चार महिने!

केशवराव : अस्सं! पण काय गं, तू त्यांना बाहेरच्या बाहेर जाऊ दिलंस? त्यांना घरात नाही का बोलवायचं?

सरस्वतीबाई: मी खूप आग्रह केला; हो, तुम्ही रागावाल, हेही सांगितलं. पण

त्यांच्यामागे खूप गडबड होती. मी रस्त्यात दिसले, म्हणून तसंच पुढं जाववेना, म्हणाले . गाडीसुद्धा अशी जोरात चालवली, की माझी तर बाई, घाबरगुंडीच उडाली.

केशवराव : बरं, मग केव्हा येतो म्हणालेत?

सरस्वतीबाई: बघतो, म्हणाले, एक-दोन दिवसांत.

केशवराव : आणि देशपांडे भेटले, की नाही?

सरस्वतीबाई: त्यांच्याकडे तर गंमतच झाली म्हणायची. मी जिना चढून वर गेले, तर आतून जोरजोरात बोलणं ऐकू येत होतं. आवाज अपरिचित होते, पण संभाषण ओळखीचं वाटत होतं. जरा वेळानं खुद्द देशपांडेच बाहेर आले... आणि त्यांनी काय करावं?... अहो, मी दिसताच त्यांनी पटकन वाकून मला नमस्कारच केला.

केशवराव : खरंच! (सद्‌गदित होऊन) भारी भावनाप्रधान माणूस - भारी भावनाप्रधान! फार मानतो मला! (डोळे पुसतात.)

सरस्वतीबाई: हो ना, पण मला किती चोरट्यासारखं झालं!

केशवराव : बरं, मग पुढं काय झालं?

सरस्वतीबाई: मग काय, ते मला सरळ आतच घेऊन गेले... सगळ्यांशी ओळख करून दिली. पण मला तिथं बुजल्यासारखं झालं. एक देशपांडे सोडले, तर सगळेच चेहरे नवीन. देशपांडे मला म्हणतात कसे, वहिनी, काही ओळखीचं वाटतं का? ती मंडळी 'चाफा' चेच संवाद बोलत होती. माझे तर बाई, डोळेच भरून आले. त्यांनाही मग काही बोलवेना... थोड्या वेळानं मला म्हणाले, 'केशवरावांची साठी साजरी करणार आहोत आम्ही.' प्रवेश बसले, की आमंत्रण द्यायला येणारच आहेत ते.

केशवराव : त्यांना माहीत नाही ना काही?

सरस्वतीबाई: नव्हतं... मी सांगितलं मग सगळं. फार हळहळ वाटली त्यांना. पण म्हणाले, तरीही करू या काही तरी.'

केशवराव : (क्षणभर थांबून) आपट्यांचं घर सापडलं का लवकर?

सरस्वतीबाई: इश्श! मघाच नाही का सांगितलं मी, त्यांना वाटेतच दिसले, म्हणून. गाडीत बसल्या बसल्या मी सगळी कल्पना दिली त्यांना. त्यांच्या नव्या चित्रपटाचा मुहूर्त आहे त्या दिवशी. तरीही येण्याचा प्रयत्न करीन, म्हणाले. त्याशिवाय... (डोअरबेल वाजते. सरस्वतीबाई दार उघडतात. डॉ. साठे आले आहेत. सरस्वतीबाई त्यांना आत आणतात. डॉ. पलंगाजवळ खुर्ची सरकवून बसतात.) तुम्ही आज

येणार, हे विसरूनच गेले होते मी.

डॉ. साठे : छान, केशवरावांच्या आधी तुम्हीच म्हाताऱ्या झालेल्या दिसता.

केशवराव : नक्कीच! मी मात्र आता पुन्हा तरुण होत चाललोय.

डॉ. साठे : असं का! फारच छान! (तपासतात. ब्लडप्रेशर घेतात. इंजेक्शन देतात.)

सरस्वतीबाई: चहा घेणार?

डॉ. साठे : नको आता. (आवरून जायला लागतात. सरस्वतीबाई त्यांना पोचवायला दारापर्यंत येतात.)

सरस्वतीबाई: डॉक्टर, आज तुम्ही घाईत दिसताय?

डॉ. साठे : छे, छे, तसं काही नाही.

सरस्वतीबाई: आज नेहमीसारखं थांबला नाहीत. यांच्याशीही काही बोलला नाहीत. आल्याबरोबर निघालात.

डॉ. साठे : आज माझीच मनःस्थिती ठीक नाही. दोन-तीन सीरियस केसेस् आहेत आणि आज केशवरावांचं ब्लडप्रेशरही वाढलेलं आहे... काही कमी जास्त?

सरस्वतीबाई: म्हटलं, तर आहे, म्हटलं, तर नाही.

डॉ. साठे : म्हणजे?

सरस्वतीबाई: साठी समारंभाचे वेध लागले आहेत त्यांना.

डॉ. साठे : हो का? त्यांचं अभिनंदन करायला हवं मग ... तरीच! पण सांभाळा हं, आता त्यांची मनःस्थिती जास्त नाजूक बनली असेल. अशा वेळी काळजी घेतलेली बरी! त्यांच्यावर कोणत्याही प्रकारचा ताण पडायला नको.

सरस्वतीबाई: हो ना!

डॉ. साठे : आणि या समारंभात तर फार जपलं पाहिजे. सगळ्याच गोष्टी काही मनासारख्या होत नसतात. बरं न बघवणारी माणसं हटकून येतात अशा वेळी! येतात आणि आपले हात धुऊन घेतात, तेही सभ्यतेची टिंगल करतात... सात्त्विक वृत्तीच्या माणसाला नाही हे सहन होत. म्हणून म्हटलं, त्यांना जपा.

सरस्वतीबाई: मी एकटी बाईमाणूस... काय काय जपणार? जमेल, तितकं करते... त्यांना प्रसन्न ठेवण्याचा प्रयत्न करते.

डॉ. साठे : तेच महत्त्वाचं! तसं काळजी करण्याचं काही कारण नाही... आणि मी आहेच. केव्हाही हाका मारा.

सरस्वतीबाई: तुमचे तर फार उपकार आहेत आमच्यावर... तुम्ही जरा बोला ना

त्यांच्याशी सत्काराबद्दल! बरं वाटेल त्यांना.

डॉ. साठे : आज नाही बोलत! त्या दिवशी एकदम हार घेऊनच येईन.

सरस्वतीबाई: बरं!

(डॉ. साठे जातात. दार बंद करून सरस्वतीबाई आत येतात.)

केशवराव : काय म्हणत होते डॉक्टर?

सरस्वतीबाई: काही नाही... आराम करायला हवा, म्हणत होते. पडा निवांत. वाचूबिचू नका. मी स्वयंपाकाचं पाहते.

(आत जातात. केशवराव डोळे मिटून पडतात. हळूहळू दिवे मालवतात.)

प्रवेश चौथा

(कालावधी सूचित करणारं पार्श्वसंगीत. साठी समारंभाचा दिवस उगवतो. केशवरावांच्या अंगात सिल्कचा नवा शर्ट. पायांवर नवी चादर टाकलेली. सरस्वतीबाईंच्या वेशभूषेतही अनुरूप बदल. वेळ सकाळची. डॉ. साठे हार घेऊन येतात.)

डॉ. साठे : काय म्हणते केशवरावांची तब्येत? उठले, की नाही?

सरस्वतीबाई: आज भल्या पहाटेच उठणं झालं. केव्हाचे तयार होऊन बसलेत. तुमचीच वाट होती.

(तोवर डॉक्टर हाराची पुडी सोडवतात. हार-गुच्छ घेऊन झोपण्याच्या खोलीत दाखल होतात. मागोमाग सरस्वतीबाई. केशवराव पलंगावर सावरून बसलेले.)

केशवराव : याऽऽ याऽऽ, डॉक्टर!आज अगदी पहिला नंबर लावलात तुम्ही.

(डॉ. जवळ जाऊन हार घालतात... गुच्छ देतात.)

डॉ. साठे : अभिनंदन, केशवराव अभिनंदन! जीवेत् शरदः शतम्! (डॉक्टरांना कवेत घेऊ पाहतात, पण आवेग सहन न होऊन पलंगावर कोसळतात. डॉक्टरांची धावपळ... सरस्वतीबाईंना सुचेनासं होतं. डॉक्टर केशवरावांना नीट झोपवतात. सरस्वतीबाई त्यांच्या गळ्यातला हार काढतात. चादर व्यवस्थित टाकतात. डॉक्टर तपासतात. ब्लडप्रेशर घेतात. इंजेक्शन देतात. मग एका कागदावर प्रिस्क्रिप्शन लिहितात.)

या गोळ्या बोलावून घ्या ताबडतोब. तीन-तीन तासांनी एक गोळी द्यायची... बरं वाटेल त्यांना! तसं घाबरण्याचं कारण नाही... पण आज दिवसभर वर्दळ राहणार... त्यांचे जुने स्नेही येतील, सहकारी येतील...(केशवराव हळूहळू डोळे उघडतात.) आणि मग प्रत्येक वेळी भावनावेग अनावर होणार त्यांना! बरं झालं, आज मीच पहिला आलो... तुम्ही एक काम करा- आज शक्यतो त्यांना कुण्णालाही भेटू देऊ नका. कुणी हारबीर आणले, तर ठेवून घ्या. त्यांनाही परिस्थिती समजावून सांगा, म्हणजे कुणाचा गैरसमज होणार नाही.

सरस्वतीबाई: नाही, नाही. तशी माणसं चांगलीच आहेत सगळी... समजून घेतील. मला फक्त ह्यांचीच जरा काळजी...

डॉ. साठे : छे, छे! मुळीच काळजी करू नका. मी दुपारी परत येऊन जाईन... (बोलत बोलत दोघेही बैठकीच्या खोलीत आलेले.) आता लिहून दिलेल्या गोळ्या आणायच्या असतील, नाही? चला माझ्याबरोबर. मी गाडीतून सोडतो तुम्हाला वाटेत.

(सरस्वतीबाई हातांतला हार टेबलावर ठेवतात, पैसे पिशवी घेतात. चपला घालताना मागे वळून केशवरावांकडे पाहतात. केशवरावांचे डोळे मिटलेले. सरस्वतीबाई डॉक्टरांसोबत बाहेर पडतात... अंधार होतो. कालसूचक पार्श्वसंगीत.)

प्रवेश पाचवा

(संध्याकाळची पाचची वेळ. प्रकाश पूर्ववत होतो, तेव्हा बैठकीच्या खोलीत कोपऱ्यात एका टेबलावर पाच-सहा हारांचा ढीग दिसतो. डॉक्टरांनी आणलेला हार आणि गुच्छ टीपॉयवर वेगळा ठेवलेला. केशवरावांना डुलकी लागली आहे. त्यांच्या पलंगाजवळच्या स्टुलावर एक हार पडलेला दिसतो. सरस्वतीबाई स्वयंपाकघरातून येतात. त्यांच्या हाती पाण्याचा ग्लास आणि चहाचा कप. बाटलीतून एक गोळी काढून त्या केशवरावांना आवाज देतात.)

सरस्वतीबाई: अहो, उठता ना? गोळीची वेळ झाली...

केशवराव : अं, काय म्हंटलं?

सरस्वतीबाई: गोळी घ्या नि मग चहा घ्या. बरं वाटेल. (चहा पिता पिता

केशवरावांचं लक्ष हाराकडे जातं.)

केशवराव : कुणाचा हार हा? कोण आलं होतं?

सरस्वतीबाई: हा हार तुमच्या ऑफिसातल्या लोकांचा! मघाशी हेडक्लार्क जठार येऊन गेले, त्यांनी आणला. तुमचा डोळा लागला होता.

केशवराव : अगं, मग उठवायचं नाही का मला?

सरस्वतीबाई: अहो, पण डॉक्टरांनी मनाई केली आहे ना कुणाला भेटायची. मी सांगितलं त्यांना तसं. पुन्हा केव्हा तरी येईन, म्हणाले.

केशवराव : (डोळ्यांतले पाणी पुसत) कसला समारंभ हा? लोकांनी यावं आणि मला त्यांना भेटण्याचीही परवानगी नसावी? काय हा योग? कसला हा जगावेगळा सत्कार?

सरस्वतीबाई: (त्यांचे डोळे पुसत) आता त्याला इलाज आहे का काही? तुम्ही आधी चांगले बरे व्हा! मग आपण सगळ्यांना मोठं जेवण देऊ.

केशवराव : आपटे किंवा देशपांडे आले, तर त्यांना मात्र मी भेटणार हं. त्यांना तसं पाठवू नकोस.

सरस्वतीबाई: त्यांचे हार तर दुपारीच येऊन गेलेत. त्या दोघांनीही 'मग येतो,' म्हणून निरोप पाठवलेत.

केशवराव : असं? बऽरं.

(सरस्वतीबाई कप-बशी, ग्लास आत घेऊन जातात. केशवराव पुन्हा डोळे मिटून पडतात. सरस्वतीबाई परत येतात. हार उचलून टेबलावरच्या ढिगावर टाकतात. इतक्यात त्यांचा भाचा रमेश येतो. लोटलेल्या दारावर टकटक करतो. सरस्वतीबाई दार उघडतात.)

सरस्वतीबाई: कोऽण रमेश? बरं झालं बाबा, आलास!

रमेश : (हार पाहून चकित) मामी, हे एवढे हार कसले?

सरस्वतीबाई: ह्यांचा साठी समारंभ ना आज!

रमेश : भले! मामांची साठी अन् आम्हालाच पत्ता नाही?... मला कळवायचं नाही?

सरस्वतीबाई : अरे बाबा, मी एकटी बाई! कुठं कुठं जाऊ अन् काय काय करू? ह्यांचं सगळं मलाच पाहावं लागतं.. नाही म्हणायला दोन मुलगे आहेत, पण दोघंही परगावी आणि असून नसून सारखेच. गावात सगळीकडे हिंडून मी तर अगदी थकून गेले, बाई.

रमेश : (अंमळ थांबून) आता मी त्यांना नुसता कसा भेटू?

सरस्वतीबाई: त्यांना मुळी कुणाला भेटण्याची परवानगीच नाही.

रमेश : वा, घरातल्यांना पण नाही?

सरस्वतीबाई: तसं नाही, रे, मी आपलं सांगितलं. तू भेट नं.

रमेश : असं कसं? मामांचं होईल एक वेळ समाधान, पण माझं?

सरस्वतीबाई: आज त्यांचं समाधानच पाहायचंय्, बाबा. सबंध दिवस हेच चाललंय्. बाकी आजच का, गेले काही दिवस हाच प्रकार सुरू आहे.

रमेश : कसला प्रकार?

सरस्वतीबाई: हाच. लपंडाव... नुसता लपंडाव! ह्यांना समाधान वाटावं, म्हणून मी आंधळी कोशिंबीर खेळत्येय् ह्यांच्याशी! लोकांनी मला फसवायचं नि मी त्यांना फसवायचं.

(हुंदका दाबण्याचा प्रयत्न करतात.)

रमेश : मामी... मामी... काय झालं?

सरस्वतीबाई: खूप सहन केलं, रे, मी. आज अगदी अनिवार झालं, म्हणून बोलले.

रमेश : असं झालं तरी काय?

सरस्वतीबाई: हे जग कृतघ्न आहे, रे रमेश! कुण्णा कुण्णाला किंमत नाही त्यांची. ह्यांनी रक्ताचं एवढं पाणी केलं सगळ्यांसाठी, पण ह्यांची एवढी इच्छा काही पुरी झाली नाही. तो कुळकर्णी ग्रामोपाध्यांच्या साठीसाठी धावपळ करतोय्. गौरव अंक काढतोय् अन् ह्यांच्याकडे बघायला तयार नाही. त्या विद्याधर देशपांड्यांकडे गेले, तर मला म्हणतो कसा... (अस्फुट हुंदका. त्यांच्यावर पिवळा स्पॉट. दोघेही स्तब्ध होतात. देशपांड्यांचा आवाज ऐकू येतो.) 'माझ्या नवीन नाटकाच्या तालमी सुरू आहेत. मला कुठं वेळ आहे असल्या भानगडींसाठी! जमलं, तर भेटायला येऊन जाईन त्या दिवशी... पण नक्की नाही सांगत ... वाट पाहू नका.'

(सरस्वतीबाईंच्या डोळ्यांत पाणी. यांत्रिकपणे डोळे पुसतात. कार जवळ आल्याचा आवाज येतो. हॉर्न ऐकू येतो. त्या हात उंचावतात. त्याच वेळी सरस्वतीबाईंचा ध्वनिमुद्रित आवाज ऐकू येतो. आपटे'... अहो, आपटे आपटे साहेब ऽऽ''
त्यांच्या हाकेसरशी मोटारीचा वेग वाढल्याचा आवाज. कर्णकटू

हॉर्न. कार भुर्कन् पुढं गेल्यावर आवाज विरतो. सरस्वतीबाईंचा हात गळल्यासारखा खाली येतो.
प्रकाश पूर्ववत होतो.)

सरस्वतीबाई : आपट्यानं मेल्यानं साधी ओळख दाखवली नाही. गाडी घेतल्यापासून त्याचे पाय जमिनीवर नाहीत... ह्यांच्या समाधानासाठी भिरीभिरी गावभर हिंडले अन् पस्तावले. खूप विचित्र अनुभव आले...

रमेश : तू काय सांगतेस. काही कळत नाही. मग हे हार...

सरस्वतीबाई : सगळे मीच विकत आणलेत. तासातासानं ह्यांना भेटते अन् तोंडात येईल, त्याचं नाव घेते. तू ह्यांतलाच एखादा हार घाल त्यांना. ह्या सगळ्यांत फक्त डॉ. साठ्यांचा हार तेवढा खरा! तो मुद्दाम बाजूला ठेवलाय्...

(रमेश हळूच डॉ. साठ्यांचा हार उचलतो. केशवरावांच्या खोलीत दाखल होतो.)

रमेश : मामा मामा!
(केशवराव डोळे उघडतात. रमेश हार घालतो. गुच्छ देतो. पाया पडतो. केशवराव त्याला आशीर्वाद देतात. सरस्वतीबाई डोळे पुसतात. दिवे मालवत असताना पडदा.)

आणून देणाऱ्यास योग्य बक्षीस दिले जाईल!

दासू वैद्य

(एक मध्यमवर्गीय फ्लॅट संस्कृती कुटुंबातील बैठकीची खोली. रंगमंचावर प्रकाश येतो, तेव्हा विकास कागदाचं विमान करण्यात गर्क आहे. कानांना हेडफोन. विकास साधारण बारा-तेरा वर्षे वयाचा. व्ही.आर. तोंडासमोर मराठी वर्तमानपत्र धरून आरामखुर्चीत बसलेत. आतून किटकिटचा आवाज)

किटकिट : अहो, ऐकताय ना?

व्ही. आर. : नाही... मी पेपर वाचतोय. आपले चिरंजीव ऐकतायत.

किटकिट : मी ते नाही बोलत. तुम्ही कोर्टातल्या वकिलासारखे शब्दाशब्दाला पकडता. तुम्ही, खरं तर, वकीलच व्हायला हवं होतं.

व्ही. आर. : समोर जे आहे, त्याचा विचार करायचा नाही. हे व्हायला पाहिजे होतं आणि ते व्हायला पाहिजे होतं. निव्वळ मराठी समीक्षकाची सावली पडलीय तुझ्यावर.

किटकिट : बरं, जाऊ देत, चुकलं माझं. पण विषयांतर करू नका. मी काल सांगितलेलं लक्षात आहे ना?

व्ही. आर. : काय, गडे ...? (डोकं खाजवतात)

किटकिट : उगाच हातानं डोकं नको खाजवायला. हवा तर स्वयंपाकघरातला चांगला जाडजूड चमचा आणून देते. (हातानं कसलं तरी विणकाम चालू आहे, बाहेर येतात.) घरातल्या बायकांचं बोलणं म्हणजे तुम्हा पुरुषांना जोक्स् वाटतात. ऐकून हसायचं आणि विसरून जायचं.

व्ही. आर. : हं! असला आरोप नको करूस माझ्यावर. मी वाचलेले पीऽऽजेसुद्धा लक्षात ठेवतो आणि ऑफिसमध्ये सांगत असतो.

किटकिट : हो, हो! फार लक्षात ठेवणारे आले.

व्ही. आर. : माझ्यावर अविश्वास! पण लक्षात ठेव, जोपर्यंत सूर्य-चंद्र आहेत, तोपर्यंत आपल्या घरात माझ्यावर आणि भारताच्या संसदेत काँग्रेस पक्षावर अविश्वासाचा ठराव पास होऊ शकत नाही. त्यामुळं माझ्या स्मरणशक्तीवर अविश्वास दाखवू नकोस. लग्नाच्या वेळेस माझ्या आजूबाजूला किती मुली नटून थटून उभ्या होत्या, पण मी तुझ्याच गळ्यात हार घातला, की नाही?

किटकिट : मग मी काय अंतरपाट धरणाऱ्या भटजीच्या गळ्यात हार घातला?

व्ही. आर. : हे बघ,अविश्वासाचा ठराव माझ्या स्मरणशक्तीवर आलाय्, तुझ्या नाही. तुला खोटं वाटतंय् ना? तर मी वाचलेला एक पीऽऽजे सांगतोच. मला सांग साखर निवडणुकीला उभी राहिली, तर तिला काय म्हणायचं?

किटकिट : त्यात काय; सोपं आहे!

व्ही. आर. : मग सांग की.

किटकिट : काय, गडे, अय्या किती सोपा प्रश्न आहे...अं अं...

व्ही. आर. : मग सांग ना.

किटकिट : थांबा, विकासला बोलावते.

व्ही. आर. : बोलाव. सगळे विरोधी पक्ष एकत्र आले, तरी फायदा नाही.

किटकिट : विकास राजाऽऽ...(जोरात) विकास, इकडे ये.

(हेडफोन कानालाच. विकास येतो. गाण्याचा ठेका चालूच)

किटकिट : राजा, साखर निवडणुकीला उभी राहिली, तर तिला काय म्हणायच?

विकास : (चालीत) 'आय डोन्ट नो व्हॉट यू से, बट आय वॉन्ट टु प्ले सम गेम ऑफ लव्ह'

किटकिट : गाढवा... मी तुला काय विचारतेय्... आधी ते गाणं बंद कर.

विकास : (गाणं बंद करतो.) मला वाटलं, गाणं कोणतं चालू आहे, हेच विचारलंस.

किटकिट : अगदी ह्यांच्यावर गेलास. मी विचारतेय् साखर निवडणुकीला उभी राहिली, तर तिला काय म्हणायचं?

विकास : हा पीऽऽजे तर परवाच कुठं तरी वाचलाय मी.

व्ही. आर. : सांग ना मग.

विकास : काय लक्षात नाही...

व्ही. आर. : बघ, अगदी तुझ्यावर गेलाय. सांगा उत्तर.

किटकिट : आम्ही दोघं हरलो, तुम्ही सांगा.

विकास : बाबा, तुम्हीच सांगा.

व्ही. आर. : सोपं आहे. साखर निवडणुकीला उभी राहिली, तर तिला म्हणायचं खडीसाखर! (हसतात)

किटकिट : बरं, पुरे झाले तुमचे बळकट स्मरणशक्तीचे पुरावे. आता मला सांगा, माझं काम तुम्ही करणार आहात, की नाही? सरला काही माझीच बहीण नाही , तुमचीही कुणी लागते.

व्ही. आर. : अच्छा अच्छा...ती एअर इंडियाची बॅग हवीय ना? पण मला एक गोष्ट समजली नाही, की त्या विठ्ठलकाकाच्या इंअर इंडिया बॅगचा आणि सरला मावशीच्या लग्नाच्या वाढदिवसाचा काय संबंध?

विकास : बाबा, सरलामावशीचे मिस्टर पायलट आहेत. त्यामुळं त्यांच्या लग्नाच्या वाढदिवसासाठी म्हणून आई सरलामावशीला दुपट्टा देतेय् आणि त्या दुपट्ट्यावर काढायला एअर इंडियाचा महाराजा हवाय् आणि ते महाराजांचं चित्र विठ्ठलकाकांच्या एअर इंडियाच्या बॅगवर आहे. म्हणून ती बॅग आईला हवीय. (दमतो.)

व्ही. आर. : बघ, राजा, तू सांगायला एवढा दमलास, तर ती बॅग आणायला काय होईल? पण मला हेच पटत नाही. तर तिला बाळंतविडा करताना दुपट्ट्यावर कोळसेच कोळसे काढायचे काय?

किटकिट : विकास, तू त्यांना काही सांगायला जाऊ नकोस.

व्ही. आर. : ए बये, अशी रागाला येऊ नकोस.

किटकिट : मग जा ना फिरत फिरत . तुम्हाला जास्तीचं जरा चालायला नको. पोट कमी कसं व्हायचं अशानं?

व्ही. आर. : माझ्या पोटाचा भार माझ्याच पायावर आहे, तोपर्यंत मला चिंता नाही.

किटकिट : मलाच गरज आहे. तेव्हा मलाच जायला हवं.

व्ही. आर. : ऑफिसात आज जाम वैतागलोय् मी, जरा पडतो.

(किटकिट तावातावाने जायला निघते. व्ही. आर. विकासला सोबत जाण्यासाठी खुणावतात... दोघेही जातात. व्ही. आर. दार लावून लाईट ऑफ करतात आणि कॉटवर अंग टाकतात...अंधार... संगीत...

अंधूक प्रकाश... खिडकीतून आत आलेला...रात्रीचे दोन टोल वाजतात...बाहेर गाड्यांचा तुरळक आवाज...बाजूच्या कॉटवर किटकिट आणि विकास झोपलेले... एवढ्यात दारावर थाप पडते. व्ही. आर. खडबडून जागे होतात. लाईट लावतात... उजेडात किटकिट आणि विकास झोपलेले दिसतात... दार वाजतंय्... व्ही. आर. घाबरलेले... दरवाज्याजवळ जातात... विचारतात 'कोणंय? कोणंय्?...बाहेरून आवाज 'आधी दार उघडा'... व्ही. आर.ची बोबडी वळलेली ...'इथं कुणी राहत नाही'... आवाज 'दार उघडा आधी' व्ही. आर. घाबरून दार उघडतात. बाहेर काळ्या कपड्यांत पूर्णपणे झाकलेली एक व्यक्ती...ती व्यक्ती आत येते स्वतःच आतून दार लावून घेते... मागोमाग पोलिसचा सायरन वाजतो... ती व्यक्ती घाबरलेली...)

व्ही. आर. : आपण कोण? माझ्या घरात कशाला आलात? मी एक मध्यमवर्गीय जीवन जगणारा साधा माणूस आहे. कृपया मला मारू नका... आमच्या विकासचं काय होईल? किटकिट हा धक्का नाही सहन करू शकणार, हो...

: 'मी अतिरेकी नाही, घाबरू नका.'

व्ही. आर. : मग तुम्ही कोण?

: 'माफ करा, मला अगोदर लपवा.'

व्ही. आर. : का?

: 'सगळं सांगतो. मला लपायला जागा द्या आधी.'

व्ही. आर. : तुम्ही शांत बसा, इथं कुणी येणार नाही. सगळी दारं-खिडक्या बंद आहेत. त्यामुळं कुणी बघणारही नाही.

(ती व्यक्ती आपल्या अंगावर झाकलेला काळा कपडा काढते. तर तो साक्षात एअर इंडियाचा झुपकेदार मिशावाला, पोशाखातला महाराजा! 'आया है राजा, लोगो रे लोगो' किंवा 'आला महाराजा सोबत बँडबाजा' अशा प्रकारची धून सुरू होते. मध्येच पोलिसांचा सायरन ... व्ही. आर. खूश झालेले...)

व्ही. आर. : तुम्ही, महाराजा?

महाराजा : होय, मी महाराजा.

व्ही. आर. : तुम्ही एअर इंडियाचे महाराजा?

महाराजा : होय.

व्ही. आर. : विठ्ठलकाकाच्या एअर बॅगवर ज्यांचं चित्र आहे, ते महाराजा?

महाराजा : होय, मी तोच महाराजा.

व्ही. आर. : मग चांगले कंफर्टेबली बसा ना.

महाराजा : आय् ॲम परफेक्टली कंफर्टेबल!

व्ही. आर. : तसं वाटत नाही.

महाराजा : कायम कमरेत वाकून उभं राहिल्यामुळं माझी पाठ त्याच आकाराची झाली आहे.

(बोलता बोलता फेटा उतरवतो, तुरा काढून ठेवतो, जोडा भिरकावतो, शेवटी मिशाही काढतो.)

व्ही. आर. : म्हणजे तुमच्या मिशाही खोट्या?

महाराजा : हो! आमचं सगळं खोटं. जाऊ द्या. आता जरा बरं वाटलं. (घरभर पाहत फिरतोय्) हे कोण झोपलंय?

व्ही. आर. : किटकिट आणि विकास

महाराजा : किटकिट म्हणजे काय?

व्ही. आर. : बायकोचं नाव.

महाराजा : किटकिट?

व्ही. आर. : माझा एक मित्र आहे. तो मोटार मेकॅनिक आहे. त्यानं बायकोचं नाव किटकिट ठेवलंय. तो म्हणतो, मोटार आणि बायको कायम किटकिट करीत असतात. दोघींची मिजास कितीही सांभाळा. मला त्याचं म्हणणं पटलं. आपल्याजवळ मोटार नाही; बायको आहे, म्हणून...

महाराजा : माझ्याजवळ दोन्ही किटकिट नाहीत. (महाराजा फिरतोय) तुम्ही बायकोचं नाव सांगितलं. त्या नावाची व्युत्पत्ती सांगितली. मुलाचंही नाव सांगितलं, पण तुमचं नाव नाही सांगितलं?

व्ही. आर. : माझं नाव वसंत रघुनंदन विचारे, पण मला ऑफिसमध्ये सर्व जण व्ही. आर. म्हणतात.

महाराजा : अच्छा...(घराचं निरीक्षण चालूच आहे)

व्ही. आर. : काय बघताय? खास असं काही नाही. तीन खोल्यांचा संसार

महाराजा : फार चांगला आहे. माझा तर तेवढाही होऊ शकला नाही.

व्ही. आर. : म्हणजे?

महाराजा : नोकरीतून फुरसत मिळते कुठं? गेली कित्येक वर्षं रजा न घेता, संपात सहभागी न होता, हा असा वाकून उभा आहे. आता सुटलो, पण...

व्ही. आर. : निवृत्त झालात?

महाराजा : छे! चक्क एअर इंडियातून पळून आलोय्. कैदी जेलातून पळतो, तसा.

व्ही. आर. : काय? सांगताय काय? (दोघांच्या जोरात बोलण्यामुळे किटकिट उठते... कपडे सावरते) बरं झालं जागी झालीस... ही आमची किटकिट! (किटकिटला) सांग बरं, कोण असतील हे?

किटकिट : कुठंतरी पाहिल्यासारखं वाटतंय.

व्ही. आर. : अगं, हे...महाराजा... एअर इंडियाचे महाराज!

किटकिट : महाराजा? कसं शक्य आहे?

व्ही. आर. : विश्वास बसत नाही ना...?
महाराजा, तुम्ही हिला तुमचा पोशाख चढवून दाखवा बरं.
(महाराजा टोप घालतो ... मिशा लावतो... संगीत...कमरेत वाकतो)

किटकिट : अय्या, खरंच की!

व्ही. आर. : बसलाना विश्वास?

किटकिट : पण हे इकडे कसे? थांबा, विकासला उठवते... नाही तर पुन्हा सकाळी मला का नाही उठवलं म्हणून ओरडायचा. (विकासला उठवते) थांबा. ए विकास ऊठ,ऊठ! (उठून डोळे चोळू लागतो) बघ, आपल्याकडे कोण आलंय्.

विकास : महाराजा! विठ्ठलकाकाच्या एअर बॅगवरचा महाराजा? पण आता हे

इथं कसे?

महाराजा : तुम्ही दोन दिवसांपासून शोधताय्, म्हणून आलो.

व्ही. आर. : ते नोकरी सोडून आलेत.

किटकिट : म्हणजे राजीनामा दिला? एवढी चांगली नोकरी...

महाराजा : राजीनामा नाही दिला. पळून आलोय्.

विकास : बाईंना न सांगता शाळेतून पळून येतात तसं?

महाराजा : हो! तसाच पळून आलोय.

किटकिट : काय, बाई, कारण?

महाराजा : तिथल्या राजकारणाला कंटाळलो.

किटकिट : काय म्हणालात?

महाराजा : का? विश्वास नाही बसत?

किटकिट : बसतो, पण...

महाराजा : जिथं, जिथं माणसाचे पाय लागलेत, तिथं तिथं राजकारणाचं झाड उगवलंय. हे झाडंही एवढं खंबीर, की त्याच्यावर कुठल्याही वातावरणाचा परिणाम होत नाही. ते वाढतच जातं.

(एकदम दारावर थाप पडते... महाराजा घाबरतो... लाईट बंद करतो आणि कॉटखाली जाऊन बसतो...व्ही. आर. घाबरून उठतात... संगीत... व्ही. आर. दार उघडतात...अंधूक प्रकाश ... दारात एक हातात बॅग घेतलेला माणूस ... देशपांड्यांचा पत्ता विचारतो... व्ही. आर. सांगतात... दार लावून घेतात... लाईट लावतात... महाराजा दिसत नाही. शोधाशोध. पलंगाखाली घाबरून बसलेला महाराजा विकासला दिसतो... महाराजाला बाहेर घेतात...)

व्ही. आर. : घाबरलात?

महाराजा : हो. कोण होतं?

व्ही. आर. : देशपांड्यांकडचे पाहुणे शेजारच्या बिल्डिंगमध्ये जाण्याऐवजी चुकून इकडे आले.

महाराजा : मला वाटलं, मला न्यायला पोलीसच आलेत.

व्ही. आर. : त्यांना काय माहीत, तुम्ही इथं आहात म्हणून?

महाराजा : आमची माणसं फारच पाताळयंत्री आहेत. त्यांचे सदा राजकारणाचेच डावपेच चालू असतात.

किटकिट : पण तुमच्या व्यवसायात कसलं आलंय राजकारण?

महाराजा : ते तुम्हाला कसं सांगू? जाऊ दे. तुम्ही सुरेख संसार करताय. कशाला माझं दुःख ऐकताय? मस्तपैकी लहान जागा असूनही छान संसार करताय्. तुम्ही खरंच... भाग्यवान आहात... फार नशीबवान आहात... माझा तर संसारच नाही.

किटकिट : तुमचा तर एवढा थाटमाट असतो!

महाराजा : माझा थाटमाट, म्हणजे खाणावळीतल्या चमचमीत जेवणासारखा आहे. खाणावळीत चकचकीत ताट-वाट्या, चमचमीत पदार्थ असतात, पण पोट काही भरत नाही. त्याला घरच्या तव्यावर बनलेली आणि आपुलकीनं ताटात वाढलेली पोळीच हवीय्. मग पोळी वाढणाऱ्या हाताचं तोंड किटकिट करणारं असलं, तरी आतली आपुलकी तुपासारखी पोळीभर पसरलेली असते.

व्ही. आर. : आकाशात पक्ष्याप्रमाणे मुक्त फिरणारे तुम्ही. तुम्हाला जमिनीवरच्या माणसाचं दुःख कसं कळणार?

महाराजा : पक्षी आकाशात फिरला, तरी तो आकाशाचा कधीच होत नसतो. संध्याकाळ झाली, की पक्ष्याच्या डोळ्यांत त्याचं घरटं असतं.

किटकिट : असं कसं म्हणताय तुम्ही?

महाराजा : वहिनी, अंधार पडल्यावर नरीमन पॉईंटचा फेसाळलेला समुद्र छान दिसतो, म्हणून तुम्ही रात्रभर समुद्रावरच नाही बसत. कितीही उशीर झाला, तरी मिळेल ती लोकल गाठून... प्रसंगी टॅक्सीनंही तुम्ही घर गाठताच की नाही?

व्ही. आर. : तुम्ही मंडळी कुठं असता?

महाराजा : नो मंडळी... नो घरदार... नो संसार!

व्ही. आर. : अरे! असं कसं होईल?

महाराजा : तसंच झालंय. संसाराचं वय होण्यापूर्वी एअर इंडियात आलो. तेव्हापासून जो वाकून उभा आहे, तो आहे. आज पळालो, तेव्हा सुटलो.

किटकिट : तुम्ही मुळचे कुठले?

महाराजा : (प्रकाश फक्त महाराजावर) मी पुरंदरचा. शिवप्रभूच्या काळापासून आमच्या पिढ्या तिथं राहिल्या. राज्य शिवप्रभूचं होतं, तरी पूर्वीपासून आमचं वडिलोपार्जित दारिद्र्य. आमच्या वंशजांनी प्रत्येक मुलाच्या नावावर दारिद्र्य आणि सदुपदेश तेवढा मागे ठेवलेला असायचा. तुम्हाला कदाचित वाटेल की, एअर इंडियाच्या नोकरीमुळं मी माझ्या मुलाला गडगंज देऊ शकलो असतो. मला पैशाची ददात

तशी पडली नसती; पण तिथं फसलो. आमच्या सगळ्या पिढ्या गरिबीत जगल्या आणि गेल्या, पण तरीही आमच्या घराण्यात कुणीही कधीही खोटं बोललं नाही. प्रत्येक बापानं आपल्या पोराला सांगितलं, की आपल्या पिढीत कुणाला तरी एकाला मोठं स्थान मिळणार आहे. जागतिक कीर्तीचं. तेव्हा असत्य भाषण करायचं नाही. त्याचा फायदा मला मिळाला. माझ्या पूर्वजांपैकी साधी बैलगाडी घेण्याची ऐपत कुणाची नव्हती. मी मात्र कायम विमानात प्रवास करीत आलो. (प्रकाश पूर्ववत)

विकास : पण तुम्हाला ही नोकरी मिळाली कशी?

महाराजा : (प्रकाश हळूहळू महाराजावर तीव्र होतो)
आमच्या गावाला एक चित्रकार फिरत फिरत आला होता. मी रस्त्यावर खेळत होतो. तो आमचे खेळ पाहत उभा होता. मध्येच त्यानं मला बोलावून घेतलं. म्हणाला, 'मी सांगेन तसा उभा राहशील का? तुला मी खूप पैसे देईन.' मी 'हो' म्हणालो. त्यानं मला उभा लाल मखमलीचा अंगरखा, फेटा, तुरा असा पोशाख चढवला. मी कमरेत वाकून उभा राहिलो. त्यानं त्यावरून चित्र बनवलं आणि माझ्या वडिलांना पैसे देऊन तो निघून गेला. त्यानंतर सहाच महिन्यांनी मला बोलावणं आलं, मी इंटरव्ह्यूला जो गेलो, त्याच क्षणापासून एअर इंडियात कायम झालो. त्यांनी पगाराची अपेक्षा विचारली. मला तेव्हा काहीच कळत नव्हतं. मी म्हणालो, चिक्कार वेळ विमानात बसवा; पगार नकोच. फुकट फिरवा, म्हणजे झालं! ते अधिकारी एकमेकांत हसले आणि मी कायम चिकटलो. आज पळून आलो, तेव्हा सुटलो. (प्रकाश पूर्ववत)

किटकिट : कॉफी घ्याल का?

व्ही. आर. : विचारतेस काय? करच. (महाराजा शांत डोळे लावून बसतो. किटकिट कॉफी करायला आत जाते.) मघाशी तुम्ही म्हणालात, राजकारणाला कंटाळलो.

महाराजा : अर्थात.

व्ही. आर. : असं काय घडलं?

महाराजा : काय सांगणार? फार आनंदात मी नोकरी पत्करली. मोठमोठ्या माणसांचा सहवास घडायला लागला. फॉरिनला जाणं हा तर खेळ होऊन बसला. पहिले दिवस फार सौख्याचे होते. भरभराटीचे होते. शुद्ध हवेचे होते. विशाल आभाळाचे होते. आनंद होता. रोज

भूमातेचं दर्शन घडत होतं. तिच्या अंगाखांद्यावर बागडत होतो तोपर्यंत ती नीट दिसली नव्हती. दुरून उंचावरून आणखी विशाल वाटली. दिवस खरंच सुखाचे होते. पण एक दिवस खडबडून जाग आली आणि आपलं जीवन किती धोक्याचं आहे, याची कल्पना आली.

विकास : अपघात झाला ना?

महाराजा : ॲक्सिडेन्ट तर अनेक झाले, पण पुण्याई जबर. अर्थात माझी नाही. अनेक पिढ्यांत कुणी खोटं बोललं नाही, त्यांची पुण्याई. प्रत्येक वेळी वाचलो. धोका निराळाच होता. जिता जागता माणूस' हाच मोठा धोका होता.

व्ही. आर. : म्हणजे कसा?

(किटकिट कॉफी आणते.)

महाराजा : माणूस जितक्या मोठ्या स्थानावर, तितका तो स्वार्थी. मतलबी. प्रवास करता करता माझ्या पोटात बसून माणसं काय काय राजकारण खेळतात, इकडं माझं लक्ष जायला लागलं. सत्ता, पैसे या दोन गोष्टी मिळवण्यासाठी माणूस किती राक्षस होतो, हे मी पाहू लागलो. छोट्या छोट्या माणसांचे तो किती लीलया बळी देतो, हे समजायला लागलं. मोठ्यांतला मोठा माणूस जेव्हा त्याचं मोठेपण विसरतो, तेव्हा त्याच्यासारखा क्रूर प्राणी दुसरा कुणीही होऊ शकत नाही, हे पाहिलं आणि उबग आला.

व्ही. आर. : हे वर्षानुवर्षं चाललं असेल?

महाराजा : अगदी वर्षानुवर्षं!

व्ही. आर. : मग आधीच का पळून नाही गेलात?

महाराजा : ही मोठी मोठी माणसं छोट्यांना करारानं बांधून घेतात. सुरक्षितता शोधणाऱ्या माणसांना सुरुवातीला करार हे वरदान वाटतं. करार संपेपर्यंत स्वास्थ्याची चटक लागून, आपण गुलाम कधी झालो, याचा पत्ता लागत नाही. माझं तसंच झालं. कधी कधी सुभाषचंद्र बोस, बॅ. नाथ पै, भाभा, लालबहादूर शास्त्री, केनेडी यांच्यासारखी लाखमोलाची मंडळी भेटायची. खऱ्या भावनेनं ही कंबर आणि मान झुकवावी, अशी माणसं. त्यांच्या अधूनमधून घडणाऱ्या सहवासाच्या प्रेमात पडलो. आता वाटतं, ही अशी माणसं संपली. आता फक्त

ढोंगी, मतलबी, सत्तालोलूप माणसासमोरच वाकावं लागणार) हा विचार सहन न होऊन पळून आलो. महिन्यापूर्वीच येणार होतो.

किटकिट : मग?

महाराजा : त्याच दिवशी या तुमच्या मुंबईत चौकाचौकांतून मी माणसांना फाशी दिलेलं पाह्यलं आणि बेत बदलला.

(तिघेही हसतात.)

किटकिट : तुम्ही फसलात ना?

महाराजा : म्हणजे?

किटकिट : काळाबाजारवाले, स्मगलर्स, दशद्रोही, साठेबाज यांना दहशत बसावी म्हणून त्यांचे कापडी पुतळे करून त्यांना फाशी दिलं होतं.

(महाराजा हसतो.)

महाराजा : हे जमिनीवरलं ढोंग दिसतंय्.

किटकिट : तसं म्हणा.

महाराजा : म्हणा नाही, आहेच.

व्ही. आर. : खरं आहे.

महाराजा : पण काय हो, फासावर चढवून झालं; आता खोटी का होईना, पण ती प्रेतं हलवायची कुणी? एकीकडं बोर्ड 'कीप युवर बॉम्बे क्लीन' आणि त्याच्याच शेजारी चार मुडदे लटकताहेत; काय हे?

व्ही. आर. : महाराजा, आम्ही छोटी माणसं काय सांगणार? पण हे सर्व काळाबाजारवाले घाबरून स्वाधीन होतील, त्या दिवशी हे सगळे पुतळे उतरवले जातील.

(महाराजा हसायला लागतो. हसतानाच थांबतो, गंभीर होतो... रडवेला होतो.)

महाराजा : याच ढोंगाला मी कंटाळलो. अहो, खऱ्या वाहत्या रक्ताला न भिणारी माणसं ती काय पेंढा भरलेल्या पुतळ्यांना फासावर लटकवल्यावर भीक घालणार? तुम्ही, त्यांच्या पुतळ्यांना फास दाखवता, तेव्हा ती माणसं परदेशांत धमाल करतात. त्यांची

कुटुंबच्या कुटुंबं तिथं नांदताहेत. अशी असंख्य माणसं मी रोज नेतोय्. बिनबोभाट. ही माणसं भरलेल्या बॅगांनी, तपासणी न होता एअरपोर्टमधून बाहेर पडतात. राज्यकर्त्यांपासून त्यांत सगळी सामील आहेत. मी नावं सांगितली, तर अवाक व्हाल. स्मगलर्सविरोधी चळवळ हे सुद्धा ढोंग आहे. यालाच मी कंटाळलो आणि पळून आलो. स्वार्थी पुढारी, स्मगलर्स, छोट्यांचा बळी देऊन मोठी होणारी माणसं... यांच्यासमोर मी आता नम्र होऊ शकत नाही. माझ्या आभाळाचा, माझ्या चांदण्याचा अर्थ या मतलबी माणसांनी विषारी करून टाकला. माझी जमीनच मला बरी आहे.

व्ही. आर. : (हसतो) असंच असतं. जमिनीवरच्या माणसाला आभाळाचं वेड, तर आभाळातल्या माणसाला जमिनीची ओढ.

महाराजा : असं म्हणू नका. मी फार क्रूर माणसं पाहत आयुष्य घालवतोय.

व्ही. आर. : महाराज, ती सगळी जमिनीवरती आहेत, हे विसरताय तुम्ही.

महाराजा : काहीही असो. नोकरी आता नको. भविष्यकाळात असेच सगळे भेटणार.

व्ही. आर. : असं म्हणू नका. भविष्यकाळाची ग्वाही देऊ नका. कोणत्याच काळावर खरं तर, आपली हुकमत नाही. हे आयुष्य इतकं बेभरवशाचं आहे. केव्हा केव्हा चांगलंही घडतं. मागं एक घडलेला प्रकार सांगू?

महाराजा : जरूर!

व्ही. आर. : (प्रकाश फक्त व्ही.आर.वर)

खूप वर्षांपूर्वीची गोष्ट आहे. तेव्हा मी लहान होतो. एके दिवशी शाळेतून घरी येताना मला एक कुत्रा दिसला. त्याला पाहिल्याबरोबर तो खूप ओळखीचा आहे, असं वाटायला लागलं. मी त्याला 'यू यू' करताच तो थेट घरापर्यंत आला. बाबांनी दम भरला. 'कुत्र्याचं त्रांगडं हवं कशाला,' म्हणून आईनंही नाक उडवलं. मी म्हणालो, 'या कुत्र्याला कुठंतरी पाहिल्यासारखं वाटतय् म्हणून आणला,' तशी घरातले सगळे जण त्याला निरखून पाहायला लागले. मग सगळ्यांनाच तो परिचयाचा वाटायला लागला. तो कुत्रा फार मजेदार होता. दिवसभर गप्प असायचा. मात्र रेडिओ किंवा फोनो लावला, की भुंकायला लागायचा. त्याचं आणि संगीताचं वाकडं होतं (प्रकाश पूर्ववत)

किटकिट : बस्स झाली तुमची बनवाबनवी!

व्ही. आर. : माझं सांगून तर होऊ दे. सात दिवसांनतर तो कुत्रा चक्क बोलायला

लागला.

विकास : कुत्रा बोलायला लागला?

व्ही. आर. : हो, राजा, त्यानं बाबांना विचारलं, तुम्ही मला नाही ओळखत?' बाबा 'नाही' म्हणाले. तो म्हणाला. मी 'हिज मास्टर्स व्हाईस'चा कुत्रा. गाणी ऐकून कंटाळलो आणि पळून आलो.

महाराजा : बहोत अच्छा! बरं मग?

व्ही. आर. : मग काय? त्यानं तुमच्यासारखीच तक्रार केली. तो म्हणाला इथून पुढं चांगल्या गायकाचं गाणं ऐकायला मिळेल, असं वाटत नाही. आत्तापर्यंत तृप्त झालो. भविष्यकाळात कुणी मोठा कलाकार जन्माला येईल, असं वाटत नाही, हे एक, आणि दुसरं म्हणजे, राजकारणाचा कंटाळा आला.' बाबांनी विचारलं, तिथं कसलं राजकारण?' तर तो म्हणाला, मोठमोठे गायक छोट्या गायकांना पुढं येऊ देत नाहीत. त्याच्या ध्वनिमुद्रिका निघू देत नाहीत. प्रत्येकाचे ग्रुप्स आहेत.' बाबा त्याला म्हणाले, राजकारण सर्वत्रच आहे. सगळी सिम्बॉल्स अशी रुसून जायला लागली, तर कसं होईल? बोधचिन्हातला 'बोध' जाणं ही चांगली चिन्हं नाहीत. तू शुद्ध संगीत ऐक. राजकारण विसर.' आम्ही मग त्या कुत्र्याला पुन्हा एच.एम.व्ही. त पाहोचवलं.

किटकिट : तो गेला का?

व्ही. आर. : तो नुसता गेला नाही, तर टवटवीत दिसायला लागला. नंतर लताबाई गायला लागल्या. त्या देवतेचा अवतार झाल्यावर कुत्र्यानं एच.एम.व्ही. सोडतो म्हटलेलं नाही. तिथल्या संगीतात तो न्हाऊन निघालाय्. तिथलं राजकारणही त्यानं पचवलंय. जे साध्या कुत्र्यालाही साधलं, ते तुम्हाला जमणार नाही का?

किटकिट : खरंच तुम्हाला जायला हवं. तुमचे पूर्वज दारिद्र्याला घाबरले नाहीत, तुम्ही पण घाबरू नका. तुमच्या वाट्याला इतरांचं वैचारिक दारिद्र्य पचवणं आलं आहे. तेही पचवून दाखवा. सातत्य हा निसर्गाचा धर्म नाही. तेव्हा हे ढोंगयुग संपेल. भविष्याबद्दल निराश राहण्याचा आपल्याला अधिकार नाही. बोधचिन्हं पळू लागली आणि बोधवाक्यं मिटू लागली, तर कसं चालणार?

व्ही. आर. : तुमच्या सहवासात जी माणसं येतात, तेवढंच जग नाही, हे जग अजून चाललंय, याचा अर्थच हा, की इथं चांगलं जास्त आहे; वाईट कमी आहे.

(महाराजा टोप चढवतो. चढाव घालतो, विकासला जवळ घेऊन

कुरवाळतो. महाराजा पद्धतीनं कमरेत वाकून दोघांना नमस्कार करतो आणि धाड धाड निघून जातो... दारात पाठमोरे व्ही. आर. किटकिट, विकास हात उंचावून उभे. त्यांच्या पाठमोऱ्या आकृत्या दिसतायत्... विमानाचा आवाज...संगीत... हळूहळू अंधार.

प्रकाश अगदी अंधूक... व्ही. आर. पलंगावर पूर्वीप्रमाणेच घोरतायत्... तेवढ्यात दारावर थाप... व्ही.आर. खडबडून उठतात. रात्रीचे अकरा वाजलेले... व्ही. आर. लाईट लावतात. दार उघडतात... दारात किटकिट आणि विकास. किटकिटच्या खांद्याला एअरबॅग...)

किटकिट : झाली ना चांगली झोप?
व्ही. आर. : झोप. अं... पण तुम्हाला तो भेटला ना?
विकास : कोण?
व्ही. आर. : महाराजा! आत्ताच गेला.
किटकिट : जातो कुठं?
विकास : हो, आम्हाला भेटला की, विठ्ठलकाकांनी ही बॅग माळ्यावर टाकली होती. सगळी धूळ बसलीय महाराजावर, बघा ना. (एअर बॅग दाखवतो.)
व्ही. आर. : मग आता विमानाचा आवाज कसा आला? (पलंगाखाली बघतात)
किटकिट : विकासच्या विमानाचा आवाज आला असेल. हो ना, रे, राजा...
विकास : हो, बाबा... माझं विमानच होतं... (विकास कागदी विमान हवेत मारतो)
(अंधार...संगीत... विमानतळावरला गोंगाट... एक उद्‌घोषणा ऐकू येते. युवर अटेंशन प्लीज, अकॉर्डिंग टु जस्ट रिसीव्हड न्यूज फ्रॉम अवर कॉनफिडेनशियल न्यूज ब्यूरो, अवर महाराजा, हू वॉज लॉस्ट बीफोर टू अवरस् हॅज रिटर्नड सेफ, अॅन्ड मि. वसंत रघुनंदन विचारे, हू हॅड लॉस्ट हिज स्लीप बिकॉज ऑफ लेट अरायव्हल ऑफ हिज वाईफ अॅन्ड सन अॅट होम, विल नाऊ स्लीप अगेन साउंडली. थँक्यू!'

डायल 'क्यू' फॉर क्वारल

शिरीष देखणे

(पडदा उघडतो, तेव्हा डाव्या बाजूला पुढच्या भागात तांबे उभा. त्याच्यावर एक स्पॉट. उजव्या बाजूला एका स्पॉटमध्ये विद्याधर उभा. तांबे हातांतलं पोस्टाचं पाकीट फोडतो आणि त्यातील पत्र वाचू लागतो. विद्याधर तो मजकूर मोठ्यानं बोलू लागतो.)

विद्याधर : श्री. रा. रा. बंडोपंत यांस, साष्टांग नमस्कार.
पत्र लिहिण्यास कारण, की सहा वर्षांपूर्वी मी माझी जागा तुम्हाला राहायला दिली होती. काही कारणास्तव माझी जागा मला परत हवी आहे. त्यासंबंधी चर्चा करण्यासाठी मी पुढच्या गुरुवारी तिथे येत आहे. सौ. ताईला सा. न. कळावे, आपला विद्याधर.

(विद्याधरचा स्पॉट फेडआऊट होतो आणि तो अंधारात आत निघून जातो. तांबे त्या पत्राने संतापलेला. चिडून ओरडतो.)

तांबे : ह्याचा अर्थ काय? हरामखोर साला!

(बाकीचे सगळे लाईटस् लागतात. आतून त्याची पत्नी पदराला

हात पुसत येते.)

पत्नी : काय हो, काय झालं?

तांबे : काय झालं? तुमच्या बंधुराजांचं हे पत्र वाचा, म्हणजे समजेल. (पत्र तिच्या हातात देतो. ती भराभर पत्र वाचते.)

तांबे : पाहिलीस तुझ्या भावाची करामत? हरामखोराला माझ्या नावावर पन्नास हजार रुपये कर्ज काढून दिलं आणि त्याच्या बदल्यात परत न मागण्याच्या अटीवर त्यानं मला जागा दिली होती... आणि आता हा शहाणा म्हणतोय्, की माझी जागा परत पाहिजे मला!

पत्नी : येऊ दे त्याला, खडसावून विचारतेच, ह्याचा अर्थ काय, म्हणून?

तांबे : तू काय विचारणार त्याला?

पत्नी : आमचे घेतलेले पन्नास हजार टाक, म्हणून सांगेन अगोदर.

तांबे : जागा घेण्याच्या तयारीनं तो येतोय, रकमेसकट येईल, जागा द्या म्हणेल. काय करशील? (क्षणभर विचार करतो.) नाही तर मीच त्याला ठणकावून सांगतो, की काय वाट्टेल ते कर, हवं तर, कोर्टात जा, पण जागा मिळणार नाही.

पत्नी : (त्याच्यासमोर होत ओवाळते.) अहाहा! तुम्ही एवढं ठणकावून बोलणार? तोंड पाहा आरशात! दुसरी दोन माणसं एकमेकांत भांडायला लागली, तर तुम्हाला घाम फुटतो.

तांबे : त्याचं काय आहे, शैला, लग्नापूर्वी मी चांगला भांडत असे; पण गेल्या आठ वर्षांत तोंड उघडण्याची वेळच आली नाही माझ्यावर. त्यामुळं भांडायची प्रॅक्टिसच राहिलेली नाही.

पत्नी : मला टॉंट मारायची मुळीच गरज नाही. खरोखरच दोन हात करण्याची तयारी ठेवा; नाही तर ही राहती जागा घालवून बसाल.

तांबे : तेही खरंच आहे, म्हणा! पण करायचं काय? तू काय किंवा मी काय, आपण दोघंही मुखदुर्बळच!

पत्नी : हे पाहा, तुमचे ते भांडणाचे क्लासेस् चालवणारे जोशी आहेत ना, त्यांच्याकडे जा आणि सांगा, आमच्याकडे भांडायला चला, म्हणून. भांडायची त्यांची जी काय फी असेल, ती देऊ आपण!

तांबे : वा, शैला, बेस्ट आयडिया! किती लोकांना बोलवू?

पत्नी : त्यांचे काय चार्जेस असतात?

तांबे : पाच माणसांचे एका भांडणाचे तो शंभर रुपये घेतो.

पत्नी : किती तास भांडतात ही माणसं?

तांबे : तासावर नाही. समोरची पार्टी गप्प बसेपर्यंत जोशी भांडतो.

पत्नी : म्हणजे जोशी स्वतः जातो का प्रत्येक ठिकाणी?

तांबे : अर्थातच!

पत्नी : मग बोलवाच त्याला. ऑफिसमध्ये जाताना आधी त्याच्याकडेच जा. (आत निघून जाते.)

तांबे : (प्रेक्षकांना) जोशीबुवांची आठवण झाली आणि मी निश्चिंत झालो. जोशीबुवांना सांगायचा अवकाश, तो पाच माणसांना घेऊन येणार, माझ्या वतीनं भांडणार आणि मला विजय मिळवून देणार. आमचं ऑफिस सोडल्यापासून तो हाच व्यवसाय करतोय्. जोशीबुवांची आणि माझी पहिली भेट मला अजूनही आठवते.

(फ्रीझ. विंगेतून सात-आठ माणसं खुर्च्या घेऊन येतात आणि त्यांवर बसतात. एखादं ऑफिस वाटावं अशी मांडणी. फायली चाळणं, लिहिणं, टायपिंग करणं, तंबाखू मळणं, वगैरेंचं मायमिंग. एका कोपऱ्यात तिरप्या अँगलमध्ये जोशीबुवा एका खुर्चीवर. साधंसुधं व्यक्तिमत्त्व आणि त्याला साजेलसा पोशाख.)

तांबे : आमच्या ऑफिसात त्या वेळी जोशी आडनावाची एकूण नऊ माणसं होती. नेहमी गोधळ व्हायचा. त्यामुळं साहेब एकदा जाम वैतागले आणि त्यांनी तमाम जोश्यांची आद्याक्षरांसकट यादी करण्याचं काम माझ्यावर सोपवलं. चार जोशी संपवून मी दुसऱ्या सेक्शनमध्ये पाचव्या जोशींच्या शोधात निघालो.

(उजव्या विंगेत जातो आणि हातात कागद, पेन घेऊन प्रवेश करतो.)

पहिला : (कान कोरत) काय, तांबे, कसला सर्व्हे चाललाय?

तांबे : सर्व्हे कसला आलाय बोडक्याचा? साहेबांनी सगळ्या जोश्यांची इनीशिअल्स गोळा करायला सांगितलंय.

दुसरा : आणि त्याचं काय करणार?

तांबे : ती यादी साहेबांच्या टेबलावर काचेखाली ठेवायची.

तिसरा : मग त्यांच्या नावासमोर त्यांचे फोटोही ठेवा.

चौथा : त्यापेक्षा सगळ्या जोश्यांना नंबर्स द्या तुम्ही.

पहिला : अहो, नंबर द्यायला ते काय रेसचे घोडे आहेत?

चौथा : मुळीच नाही. अहो, रेसचे घोडे निदान पळतात तरी, हे जागच्या जागी बसून असतात.

(सगळे हसतात. जोशीबुवा मान वर करून एकदा सगळ्यांकडे पाहतात. सगळे चिडीचूप. तांबे त्यांच्याजवळ जातो.)

तांबे : जोशीबुवा, थोडंस काम होतं.
जोशी : (घसरलेला चश्मा वर सरकवत, शांतपणे) माझ्याचकडे का?
तांबे : तसं नाही... सगळ्याचं जोश्यांकडे आहे.
जोशी : काय काम आहे?
तांबे : तुमची इनीशिअल्स काय आहेत?
जोशी : तुम्हाला काय वाटतं?
तांबे : (क्षणभर बावचळतो, इकडे तिकडे पाहतो. साऱ्यांच्या नजरा त्यांच्याकडे लागल्या आहेत. पुन्हा जोशींकडे वळून कडक स्वरात) जोशी, ह्यात प्रश्न वाटण्याचा नाही, असण्याचा आहे.
जोशी : इंग्रजी भाषेत फक्त सव्वीस अल्फाबेट्स आहेत. त्यांतलीच कोणती तरी दोन नसणार का?
तांबे : मग झेड. झेड. जोशी लिहू का?
जोशी : आता हे एकच अक्षर दोन वेळा नाही का आलं?
तांबे : (वैतागून) मिस्टर जोशी, प्लीज युवर इनिशिअल्स्!
जोशी : इतर जोश्यांची काय काय आहेत?

(तेवढ्यात पलीकडच्या ग्रुपमधला एक पारशी गृहस्थ उठून येतो आणि तांबेला ओढून बाजूला नेतो)

पारशी : तांबे, ह्ये जोशी तुला सीधा जवाब कधी देल नाय. यू कम टु मी. मी तुला समदा स्टाफचा इनिशिअल, बर्थडेट, नेटिव प्लेस वगैरा समदा सांगते. च्यल, च्यल माझ्यासंगट.

(दोघं पलीकडच्या ग्रुपमध्ये जातात. जोशी पुन्हा फायलीत डोकं खुपसतो.)

पहिला : काय कशी वाटली पहिली सलामी?

तांबे : च्यायला, काही विचारायचादेखील पंचाईत आहे.

दुसरा : हेच तर वैशिष्ट्य आहे जोशीबुवांचं! प्रश्नाला प्रतिप्रश्न हेच त्यांचं उत्तर! सरळ उत्तर कधी देणार नाहीत.

तिसरा : हा इथं आल्यापासनं यानं कुणालाही सरळ उत्तर दिल्याचं आठवत नाही मला!

चौथा : आपण तर बेट लावायला तयार आहे. जे. पी. जोश्याकडून जो सरळ उत्तर मिळवून दाखवील, त्याला आपण पाहिजे तो सिनेमा दाखवायला तयार आहे.

पहिला : काय, तांबे, लावताय् का पैज?

पारशी : तुमी सगळे लोक च्यालू हाय. उगीच तांबेला मॅड बनवू नका. ह्ये बघ, तांबे, तू ह्ये लोगच्या नादी लागू नको.

दुसरा : बघा, बुवा, तांबे, तुमच्या इभ्रतीचा प्रश्न आहे.

तांबे : असं म्हणताय? तर मग लागली पैज.

तिसरा : मग कधी होणार कुस्ती?

तांबे : उद्याच!

(बाकीचे फ्रीझ. तांबे मध्यभागी, फक्त त्याच्यावर स्पॉट)

तांबे : दुसरा दिवस उजाडला. मी एक अगदी साधा प्रश्न विचारून पैज जिंकायचं ठरवलं. त्या प्रश्नाला हो किंवा नाही, याशिवाय दुसरं उत्तर जोशीबुवांना देताच आलं नसतं. दुपारी ऑफिसचा गडी चहा घेऊन आला, तेव्हा मी जोशीबुवांच्या टेबलापाशी गेलो.

(सगळे लाईटस् येतात. सर्व जण चहा पीत आहेत. तांबे जोशीजवळ जातो.)

तांबे : काय जोशी, चहा घेणार का?

जोशी : (क्षणभर त्याला न्याहाळतो) कशासाठी?

(पलीकडचा ग्रुप हसतो, एकमेकांत टाळ्या देतात. तांबे पडलेल्या चेहऱ्यानं त्यांच्याकडे पाहतो.)

तांबे : जोशीबुवा, कशासाठी काय? अं? माणसं चहा का घेतात?

जोशी : तुम्हाला काय वाटतं?

तांबे : जोशीबुवा, पुन्हा वाटण्याचं काय आहे यात? प्रश्न पिण्याचा आहे.

जोशी : प्रश्न पडतो, तर का पिता?

तांबे : जोशी, तुम्ही जाणूनबुजून वाकड्यात शिरता आहात.

जोशी : असं तुमचं ठाम मत आहे?

तांब : हो.

जोशी : मग मला का विचारता?

(तांबेला पुढे बोलणं सुचत नाही. क्षण-दोन क्षण शांतता. पलीकडच्या ग्रुपमधला चौथा ओरडतो, तांबे, सिनेमा बुडाला! सगळे जण जोरजोरात हसतात. तांबे पराभूत मनानं त्यांच्यात येतो. बाकीचे फ्रीझ.)

तांबे : अशा तऱ्हेनं जोशीबुवांनी माझा साफ त्रिफळा उडवला. पण यामुळं जे.पी. जोशी या व्यक्तीबद्दल माझ्या मनात प्रचंड कुतूहल निर्माण झालं. तीन-चारदा ऑफिसच्या कामासाठी त्यांच्या घरी जावं लागलं. घर नव्हे, जुनाट, पुरातन पेशवाई वाडाच होता तो! दादासाहेब फाळके रोडचं रस्तारुंदीचं काम ज्या वाड्यामुळं अडलं होतं, तो जोश्यांचाच वाडा होता. दादासाहेब फाळकेंच्या मार्गावर काटे पसरले होते, हे मला ठाऊक होतं, पण त्यांच्या मार्गावर माणसं अशी घरादारासकट पसरली असतील, याची कल्पना नव्हती. ज्या ज्या वेळेला मी त्यांच्या घरी गेलो, त्या त्या वेळी हा गृहस्थ स्मशानात गेलेला! हळूहळू त्यांच्या मातोश्रींची ओळख झाली आणि जोशीबुवांच्या व्यक्तिमत्त्वाचे पैलू साकार होऊ लागले. सगळ्या तऱ्हेची भांडणांची तयारी करून ठेवायचा त्यांना छंद होता. निरनिराळ्या प्रसंगी कसं भांडावं, याची त्यांनी टिपणं काढली होती. त्यांच्या या वेगळेपणामुळे त्यांना जिंकायची जिद्द माझ्या मनात निर्माण झाली. बरेच दिवस तयारी केली आणि एके दिवशी, आज प्रश्न विचारण्यात आपण माघार घ्यायचीच नाही, असं ठरवून मी जोशीबुवांकडे गेलो.

(सगळे जण पुन्हा आपल्या खुर्च्यांवर, कामात मग्न. तांबे विंगेत जातो आणि बाहेर येतो. पारश्याजवळ थांबून जोशीकडे जातो.)

तांबे : जोशीबुवा, एक विचारू का?

जोशी : विचारायला हवंच का?

(ग्रुपमध्ये खसखस पिकते.)

तांबे : त्याशिवाय आलो का?
जोशी : मग थांबलात का?
तांबे : तुम्हाला काय वाटतं?

(ग्रुपमधून 'अरे, वा! बक अप!' असे उद्‌गार.)

जोशी : माझ्या वाटण्याशी तुम्हाला काय करायचं आहे?
तांबे : मला काही करायचं नसेल, तर आणखीन कुणाला करायचंय?
जोशी : या प्रश्नाला अर्थ आहे का?
तांबे : तुमच्याशी बोलताना दुसरं हाय होणार?
जोशी : असं होतं, तर तुम्ही आलात का?
तांबे : तुम्ही कसेही असलात, तरी तुमच्याकडे काही काम निघूच नये का?
जोशी : टाळू शकत नव्हता काय?
तांबे : शकलो असतो, तर आलो असतो का?
जोशी : मग कामाऐवजी प्रश्न विचारत बसला आहात?
तांबे : तुम्हाला राग आला का?
जोशी : का येऊ नये?
तांबे : तुम्ही असेच वागता, तेव्हा इतरांना येत नाही का?

(जोशी गडबडतात आणि गप्प होतात. त्यासरशी पलीकडचा ग्रुप टाळ्या वाजवतो. 'वा, तांबे, कमाल केलीत!', 'अभिनंदन!', जिंकली, बुवा!' वगैरे उद्‌गार. तांबे विजयी मुद्रेने त्यांच्यात जाऊन मिसळतो. हसणं, टाळ्या देणं वगैरे गोष्टी होतात. साहेब एका विंगेतून येतात.)

साहेब : काय झालं? काय प्रकार आहे?
जोशी : आपल्याला काय वाटतं? (साहेब संतापानं धुमसत आत निघून जातात.) तांबे, ऑफीस सुटल्यावर जरा थांबा.

(सगळे जोशी आणि तांबेकडे आश्चर्यानं पाहत असतानाच लाईटस फेडअप. अंधारात खुर्च्यांची अरेंजमेंट लोकलमधल्या समोरासमोरच्या बाकांसारखी करून ठेवावी. काही क्षणांनंतर लाईट्स येतात, तेव्हा एखाद्या प्लॅटफॉर्मचा भास व्हावा. या विंगेपासून त्या विंगेपर्यंत, स्टेजच्या पुढच्या भागात काही माणसं थोड्या थोड्या अंतरावर उभी. कुणी सिगारेट ओढतो आहे, कुणी पेपर वाचतो आहे. कुणी गप्पा मारताहेत.जोशी आणि तांबे त्या गर्दीतच उभे.)

जोशी : तर मग तुम्ही आजपासून आमचे मित्र! तुमच्यासाठी मी काय करू सांगा!

तांबे : विनाकारण प्रश्न विचारून डोकं पिकवू नका. बाकी काही नको.

जोशी : (मनापासून हसून टाळी देतो.) ठीक आहे. यापुढं तुमच्याशी तसं वागणार नाही. बरं, तुम्ही माझ्याकडे बऱ्याचदा येऊन गेलात, म्हणे!

तांबे : हो प्रत्येक वेळी तुम्ही स्मशानात गेल्याचं समजलं!

जोशी : खरं होतं ते.

तांबे : इतकी माणसं पटापट कशानं गेली?

जोशी : काही कल्पना नाही.

तांबे : म्हणजे?

जोशी : सांगतोना...

एक जण : अर, लोकल आली वाटतं! चला!

(सगळे जण तिकडे पाहतात. काही क्षणातच लोकल आल्याचा आवाज किंवा भास. सगळी माणसं घाईघाईनं डब्यात घुसल्याचा अभिनय करतात आणि खुर्च्यांवर जाऊन बसतात. काही जण हँगरला धरून उभे राहतात.)

तांबे : जोशीबुवा, एवढ्या गर्दीत कशाला घुसताय? उभं राहूनच जावं लागेल.

जोशी : अहो, मी असताना तुम्ही कशाला जागेची काळजी करताय?

(पळत पळत जाऊन दोघंही डब्यात घुसतात. सगळ्या खुर्च्या

भरलेल्या पाहून जोश्यांचा चेहरा किंचित त्रासिक. त्यांची जागाही धरलेली. लोकल सुटल्याचा आवाज. सर्वांची शरीरं लोकलमध्ये बसल्यागत हलू लागतात.)

जोशी : नमस्कार, नाडकर्णी. कसं काय, दामूआण्णा? मंगेशराव, तुमचा खोकला बरा झाला, की नाही? सरळ कच्ची कोरफड खायची, बघा. हं हं, तुमचं म्हणणं बरोबर आहे. मुंबईत सगळं मिळेल, पण कोरफड मिळायची नाही. अरेच्चा, आमची जागा गेली, वाटतं! (बसलेल्यापैकी एकाला) अहो मिस्टर, तुम्ही माझ्या जागेवर बसला आहात! चला, उठा.

गृहस्थ : तुमची जागा?

जोशी : होय, माझीच जागा! या गाडीनं पहिल्यांदाच प्रवास करताय वाटतं! रोज मी याचा जागेवर बसत असतो. विचारा हवं तर या सर्वांना! (दोघ-तिघं मान हालवतात) पाहा!

गृहस्थ : अहो, पण मी आलो, तेव्हा ही जागा रिकामी होती.

जोशी : म्हणून काय झालं? रिकामी दिसणारी प्रत्येक जागा आपलीच असते, असं नाही. उद्या एखादा फ्लॅट रिकामा दिसला तर त्यात घुसाल तुम्ही

गृहस्थ : एवढा काही मुर्ख नाही मी! फ्लॅटची मालकी दुसऱ्याकडे असते, पण लोकल काही तुमच्या मालकीची नाही!

जोशी : कोण म्हणतं असं? तिथं काही लिहिलंय बघा, धिस ट्रेन इज युवर प्रॉपर्टी!

गृहस्थ : मग ती माझीसुद्धा प्रॉपर्टी असू शकते.

जोशी : असू शकेल, पण बळजबरीनं माझी जागा बळकावलीय तुम्ही!

गृहस्थ : मी मुळीच उठणार नाही. तुमचं काही रिझर्वेशन नाही या जागेचं!

जोशी : पण तुमचं तरी कुठं आहे रिझर्वेशन? या जागेवर वहिवाटीनं माझा हक्क आहे. आणि बऱ्या बोलानं उठला नाहीत, तर चेन खेचेन मी आणि

गृहस्थ : विनाकारण चेन खेचली, तर तुम्हालाच दंड होईल.

जोशी : पण चेन तुम्ही ओढली, अशी साक्ष माझ्यासकट इथले दहा जण देतील (इतरांकडे वळून) काय, हो, खरंना! (तिघं-चौघं मान हलवतात) बघा! मग आता उठताय, का चेन खेचू?

गृहस्थ : अरे, काय चाललंय काय? ही चक्क मोगलाई झाली!

जोशी : काहीही म्हणा, पण आधी उठा. एकतर घुसखोरी करताय, वर माझ्याशीच अरेरावीनं बोलताय! चोर तो चोर, वर शिरजोर!

गृहस्थ : अहो चोर कुणाला म्हणता?

जोशी : तुम्हालाच! खरं बोलायला आपण कुणाच्याही बापाला भीत नाही; तुमच्यासुद्धा!

गृहस्थ : हे बघा, माझा बाप काढायचा काम नाही हं, सांगून ठेवतो.

जोशी : मी कशाला तुमचा बाप काढू? ते तुमच्या आजोबांचं काम

(आजूबाजूचे हसतात)

गृहस्थ : (चिडून) अहो मिस्टर, तुमची भाषा आवरा; थोडं सभ्यपणानं बोला!

जोशी : तुम्ही सभ्यपणे वागा आधी! माझ्या जागेवरून उठा, नाहीतर आता चेन खेचतोच बघा! (तावातावानं पुढं सरकतो)

गृहस्थ : (उठत) बैस, बाबा, बैस, आणखी तुझे नातू-पणतू कोण असतील ना, तर त्यांनासुद्धा बसव त्या सिटवर! छ्या, भल्या माणसांची दुनियाच राहिली नाही.

(जोशी पटकन् बसतो आणि तांबेलाही आपल्याजवळ बसवून घेतो. गृहस्थ वैतागून काहीतरी पुटपुटत राहतो. तांबे जोशीला 'मानलं बुवा!' अशा अर्थानं टाळी देतो.

फ्रीझ.

लाईट्स फेडअप. अंधारात सगळ्या खुर्च्या आत हलवाव्यात. प्रकाश येतो, तेव्हा जोशी आणि तांबे एका लेवलवर बसले आहेत)

जोशी : तर, आमचे तीर्थरूप नीट भांडू शकले नाहीत, म्हणून सगळी प्रॉपर्टी गमावून बसले... आणि त्यांच्याच उपदेशाप्रमाणे मी भांडणाचा सर्व बाजूंनी अभ्यास केला आहे. एवढ्या या सगळ्या वह्यांमध्ये प्रत्येक प्रकारच्या भांडणाच्या नोट्स तयार आहेत.

तांबे : ते सगळं ठीक आहे; पण प्रेतयात्रेला का जाता, हे समजलं नाही.

जोशी : त्याचं असं आहे, फार मोठा माणूस असेल, तरच मी जात असतो.

तांबे : का पण?

जोशी : भाषण करायला.

तांबे : ओळखत नसताना?

जोशी : गेलेल्या माणसाची स्तुतीच करायची असते. तिथं ओळखीची गरज नसते. दोन-चार लोकांची भाषणं झाली, की त्या संदर्भात आपण बोलायचं.

तांबे : अहो, पण हे कशासाठी?

जोशी : स्मशान हे असं एकच ठिकाण आहे, की जिथं बोलणाऱ्याला खाली बसवत नाहीत... आणि भाषणाची प्रॅक्टीस काही एकांतात करता येत नाही. श्रोते हवेतच. तेव्हा दुखवट्याची सभा आणि स्मशान हे बेस्ट ठिकाण आहे.

तांबे : पण तुमचा उपरेपणा कोणी ओळखत नाही का?

जोशी : अजिबात नाही. कारण मी सुरुवातच मुळी अशी करतो, की मला इथं कोणी ओळखणार नाही, एकट्या भाऊसाहेबांची आणि माझी ओळख होती, ते देखील आता गेले... मग नुसती स्तुती करायची.

तांबे : सारं काही थक्क करून सोडणारं आहे तुमचं. बरं, मी आता चलू का? बराच वेळ झालाय, उशीर झाला, तर तिकडं बायकोचा जीव अर्धा अर्धा होईल.

जोशी : असं म्हणताय? तर मग या तुम्ही!

(तांबे उठून डाव्या कोपऱ्यातल्या स्पॉटमध्ये. बाकीचे लाईट्स् फेडअप)

तांबे : त्यानंतर मी महिनाभर रजेवर होतो. ज्या दिवशी मी कामावर आलो, तो जे. पी. जोशींचा कामाचा शेवटचा दिवस होता. प्रश्नाला प्रतिप्रश्न हा प्रयोग जोशीबुवांनी साहेबांबरोबरही केला. त्यामुळं त्यांना कायमची रजा देण्यात आली. आम्ही मग त्यांना समारंभपूर्वक निरोप दिला.

(लेवलवर जोशी व तांबे खुर्च्यांव. बाकीची मंडळी त्यांच्याकडे तोंड करून खुर्च्यांवर बसलेली)

तांबे : आजचा प्रसंग आपणा सर्वांच्या स्मरणात राहील, असा आहे जे.पी. जोशींचा विरह आता आपणा सर्वांनाच जाणवेल. त्यांचा स्वभाव कसाही असला तरी एक माणूस म्हणून त्यांचं सगळ्यांवर आणि सगळ्यांचं त्यांच्यावर प्रेम होतं. रिटायर व्हायला अजून बरीच वर्षं

असताना त्यांची नोकरी गेली.

पहिला : अहो, गेली कसली, स्वतःच्या हातांनी घालवली.

तांबे : एकूण एकच! तेव्हा या प्रसंगी आपल्या सर्वांच्या स्नेहाचं प्रतीक म्हणून मी त्यांना हे श्रीफल आणि शाल अर्पण करतो. आणि परमेश्वरानं त्यांना उदंड आयुरारोग्य द्यावं, अशी सदिच्छा व्यक्त करतो. (टाळ्या)

जोशी : तुमच्या प्रेमाचं हे प्रदर्शन पाहून मला आनंद वाटला. मला एकच गोष्ट सांगाविशी वाटते. मी मुद्देसूद भांडणात कमी पडलो, म्हणून माझी नोकरी गेली. बऱ्याच माणसांचं हे असंच होतं. पण तुम्ही अशी वेळ स्वतःवर कधीही येऊ देऊ नका.

दुसरा : जोशीबुवा, तुम्ही तुमच्या या पेशवाई वाड्यात क्लासेस चालवा.

जोशी : कसले?

दुसरा : त्या डेल कार्नेजीला चांगला शह द्या. हाऊ टु विन फ्रेंड्स अँड इनफ्लुअन्स पीपल' या पुस्तकाला तडाखा द्या.

जोशी : अहो, पण कसा?

दुसरा : भाडणं कशी करावीत, याचे शास्त्रोक्त वर्ग चालवा तुम्ही. (टाळ्या)

जोशी : विचार करण्यासारखी सूचना आहे. ते असू दे. चला, आज तुम्हाला माझ्यातर्फे चहा!

(सगळेजण टाळ्या वाजवतात आणि निघून जातात. फक्त तांबे रेंगाळतो.)

तांबे : आणि जोशीबुवांनी खरोखरच भांडणाचे वर्ग सुरू केले. एके दिवशी मी त्यांच्या जमदग्नी वादालयात गेलो.

(लाईटस् फेडअप. पुन्हा प्रकाश. मधोमध 'जमदग्नी वादालय' अशी पाटी. जोशी एका खुर्चीवर बसून काहीतरी लिहितो आहे.)

तांबे : (विंगेतून प्रवेश करीत) काय, जोशीबुवा, येऊ का?

जोशी : अरे, कोण तांबेसाहेब, तुम्ही? या ना, या. (त्याला आपल्या शेजारील खुर्चीवर बसवतो.)

तांबे : हं कसा काय चाललाच बिझनेस?

जोशी : एकदम झकास! भांडखोर लोकांची कृपा आहे. या जोरावर तर

आज दारात गाडी बाळगून आहे.

तांबे : छान! किती विद्यार्थी आहेत सध्या क्लासमध्ये?

जोशी : दीडशे! तीनही वर्षांचे मिळून!

तांबे : तीन वर्षांचे? म्हणजे तीन वर्षांचा कोर्स आहे का हा?

जोशी : होय, अभ्यासक्रमच तेवढा मोठा आहे.

तांबे : एवढा मोठा?

जोशी : एवढा हवाच. स्पीच थेरपीपासून सगळी तयारी करून घेतो मी. शिवाय तोतरेपणा, बोबडेपणा वगैरे डिफेक्ट्स घालवण्यासाठी एक खास डॉक्टर नेमलाय मी (काही कागद टेबलाच्या ड्रॉवरमधून काढून तांबेला देतो.)

तांबे : ही कसली सर्टिफिकेट्स?

जोशी : पहिल्या वर्षी वाद शार्दूल, दुसऱ्या वर्षी वाद कौस्तुभ आणि तिसऱ्या वर्षासाठी वाद चिंतामणी अशा पदव्या तयार केल्या आहेत. आणि तिसऱ्या वर्षी जो पहिल्या क्रमांकाने पास होईल, त्याला शिष्यवृत्ती देऊन अरब राज्यात पाठवण्यात येईल. तिथं तो उच्च प्रतीच्या कुरापतींचा अभ्यास करील.

तांबे : वा वा वा! सगळं भारीच दिसतंय!

जोशी : (उत्साहानं) हो ना! चला, मी तुम्हाला सगळे क्लासेस दाखवतो.

(दोघंही उठतात, स्टेजच्या दुसऱ्या टोकापाशी जातात.)

जोशी : अरे, कोण आहे, रे, तिकडे? (दोघं जण येतात.) या पाहुण्यांना एक प्रात्यक्षिक करून दाखवा.

पहिला : पण, सर, विषय कोणता?

जोशी : अं? बँकेचा कस्टमर आणि क्लार्क यांच्यात होणारे भांडण! हं स्टार्ट!

(एक जण खुर्चीवर कान कोरत बसतो. दुसरा त्याच्यासमोर उभा.)

दुसरा : माझं पासबुक भरून झालं, की नाही?

पहिला : अजून नाही.

दुसरा : अजूनही नाही? मला बँकेत येऊन दीड तास झाला आणि अजून

तुम्ही...

पहिला : हे बघा, मी केव्हा यायला सांगितलं होतं तुम्हाला?

दुसरा : पंधरा दिवसांनी!

पहिला : मग आज कितवा दिवस आहे?

दुसरा : तेरावा

पहिला : म्हणजे दोन दिवस आधी आलाय तुम्ही आणि वर पुन्हा घाई करताय, याचा अर्थ काय?

दुसरा : अहो, पण तुम्हीच मला थांबायला सांगितलंत आणि आता दीड तास होऊन गेला, परी...

पहिला : मग मी आता तुम्हाला जायला सांगतो!

दुसरा : म्हणजे?

पहिला : माझ्या सांगण्यावरून तुम्ही थांबलायत ना? मग आता माझ्या सांगण्यावरून घरी जा.

दुसरा : फार उद्धटपणे बोलताय हं तुम्ही!

पहिला : तुम्ही मला तसं बोलायला भाग पाडताय!

दुसरा : पण दीड तास तुम्ही निवांत बसलात, मग माझं पासबुक का भरून देत नाही?

पहिला : हा प्रश्न विचारण्याचा तुम्हाला अधिकार नाही. आम्ही बँकेत झोपू, नाहीतर कॅरम खेळू; तुम्ही कोण मला विचारणार?

दुसरा : मी कस्टमर आहे या बँकेचा!

पहिला : मालक तर नाही ना?

दुसरा : काय कमालीचे उद्धट आहात हो, तुम्ही! मला तुमच्या विरुद्ध तक्रार करावी लागेल.

पहिला : तक्रार केलीत तरी पासबुक भरून मिळेल, असं नाही.

दुसरा : मग मी काय करू?

पहिला : कसलाही विचार न करता थेट घरी जा आणि दोन दिवसांनी परत या!

(जोशी पुढे होतात)

जोशी : ठीक चाललंय. तुमचं, पण भांडणाला मुद्दे कमी पडतायत; तर त्याबद्दल विचार करा. फार लवकर भांडण संपलंय तुमचं. चांगलं कडाडून भांडता आलं पाहिजे. (पहिल्याला) बोलून बोलून त्याला

इतकं भंडावून सोडायचं, की त्याच्यासमोर एकच मार्ग राहिला पाहिजे.

पहिला : कोणता?

जोशी : तुमची बँक सोडून दुसऱ्या बँकेत जाणं, हा! ठीक आहे, तुम्ही आत जा.

(दोघंही जातात.)

तांबे : अहो पण जोशीबुवा, बँकेतले कर्मचारी आधीच उद्धट, कामचुकार म्हणून प्रसिद्ध असतात; त्यात तुमच्याकडून असं ट्रेनिंग मिळालं, तर बँका चालायच्या कशा?

जोशी : बरोबर आहे तुमचं म्हणणं! पण आम्ही ग्राहकांच्या बाजूनं कसं भांडावं, याचंही ट्रेनिंग देतो. तक्रार कुणापुढं करावी, अर्थमंत्र्याचा पत्ता, बँकांनी निर्माण केलेल्या तक्रार निवारण केंद्राचे पत्ते, ग्राहकमंच इत्यादी छापील मटेरिअल पुरवतो, तक्रारीचा छापील फॉर्म देतो.

तांबे : वा झकास!

जोशी : चला, आता पलीकडच्या वर्गात जाऊ (रंगमंचाच्या दुसऱ्या कोपऱ्यात येतात.) हा आमचा स्त्री विभाग! (दोघी बायका विंगेतून येतात.) काय आहे? प्रॅक्टिकल सोडून मध्येच कुठं गेला होता?

पहिली : भांडून भांडून घसा कोरडा पडला, म्हणून पाणी प्यायला गेलो होतो, सर!

जोशी : अच्छा! तुमचं प्रॅक्टिकल चालू द्या!

(जोशी, तांबे मागे सरकतात.)

पहिली : काय हे कमळाबाई, काय डोळेबिळे फुटले आहेत, की काय? सरळ अंगावर कचरा टाकताय की तुम्ही!

दुसरी : अहो, पण मी खाली पाहूनच कचरा टाकला. आता तुम्ही अचानक बाहेर आलात, त्याला मी काय करणार?

पहिली : पण आमच्या अंगणात कचरा टाकताच का तुम्ही? कोपऱ्यावर कचरापेटी आहे. तिथं कचरा नेऊन टाकलात तर काही हात-पाय मोडणार नाहीत तुमचे.

दुसरी : आम्हाला पाहिजे तिथं कचरा टाकू आम्ही. आता तो तुमच्या

अंगणात पडतो, त्याला आमचा नाइलाज आहे.

पहिली : असं काय? उद्या अंगणात कचरा तर दिसू दे, मग पाहते तुला.

दुसरी : अगं, जा जा, तू काय करणार आहेस! तू फक्त तुझ्या घरापुरतं पाहा. अंगण काय तुझ्या मालकीचं नाहीय.

पहिली : मग ती गॅलरीसुद्धा काय तुझ्या मालकीची नाही; उद्या सकाळी मुलांना तिथंच बसवते. मग ये माझ्याशी बोलायला.

दुसरी : आमची पोरं काय कमी आहेत वाटलं काय तुला? तुझी दोन आहेत, तर माझी चांगली आठ आहेत. अंगणभर घाण करून ठेवतील, मग समजेल.

पहिली : तुझी मुलं येतातच कशी ते पाहते मी! माझ्या पोरांनी चार दणके दिले, तर चड्ड्या पिवळ्या होतील सगळ्यांच्या.

दुसरी : एवढी काही शेणामेणाची नाहीत, म्हटलं, मुलं माझी!

पहिली : उद्या समजेलच की, आमच्या अंगणात येतील, तेव्हा.

दुसरी : अगं, जा गं; टिचभर अंगण नाही, तर रुबाब पाहा मेलीचा!

पहिली : अन् तू काय मोठ्या राजमहालातच राहते नाही का! आमचा ब्लॉक निदान आमच्या मालकीचा आहे म्हटलं, तुझ्यासारखं भाडं देऊन तर नाही राहत?

दुसरी : आग लागो तुझ्या ब्लॉकला! आमच्या बांद्र्याचा फ्लॅट तयार होऊ दे, मग ये माझ्याशी बोलायला. नुसतं किचन पाहून डोळे फिरतील तुझे; मग कोण राहतंय या खुराड्यात!

पहिली : खुराडा तू केलायस घराचा... खंडीभर पैदा करून!

दुसरी : तुझा नवरा तर पोसत नाही ना त्यांना?

पहिली : माझ्या नवऱ्याला वेड नाही लागलं असल्या भिकारड्या पोरांना पोसायला.

दुसरी : ए, झिंज्याच उपटीन पुन्हा असलं बोललीस, तर!

पहिली : तुझी काय बिशाद आहे माझ्या केसाला धक्का लावायची! हात तरी लावून पाहा, मग माझ्या भावाकडनं चांगला पोलिसी हिसका दाखवते.

दुसरी : अन् माझा भाऊ काय चुरमुऱ्याचं पोतं वाटलं काय तुला? चांगल्या हायकोर्टातला वकील आहे, म्हटलं आणि दुसरा भाऊ अमेरिकेत असतो. तुझे भाऊ काय, हवालदार नाही तर ट्रॅफिक पोलीस!

पहिली : फार कौतुक सांगू नकोस आपल्या भावाचं! तुझा अमेरिकन भाऊ स्मगलिंग करतो, हे साऱ्या जगाला ठाऊक आहे.

दुसरी : आणि लाच खाल्ली, म्हणून तुझ्या भावाला सहा महिने सस्पेंड केलं होतं, ते कुठं विसरतील?

जोशी : अरे अरे, थांबा! तुमचा विषय राहिला एका बाजूला न् भांडण चाललं तिसऱ्या बाजूला. हे असं चालायचं नाही. तरीदेखील मला तुमचं कौतुक करावंसं वाटतं. आवाज आणि वाक्याची फेक आता तुम्हाला चांगली जमू लागलीय. (तांबेला) अहो, सुरुवातीला यांचा आवाज मलासुद्धा ऐकू यायचा नाही. (पुन्हा स्त्रियांकडे वळून) तुम्ही आता पुढच्या टॉपिकचा अभ्यास करा लायब्ररीत बसून!

(दोघीही जातात.)

तांबे : जोशीबुवा, हे पाहून माझ्याही बायकोला तुमच्या क्लासमध्ये पाठवावंसं वाटू लागलंय मला! स्त्रियांचा अभ्यासक्रमही तीन वर्षांचाच आहे का?

जोशी : नाही, त्यांचा कोर्स सहा महिन्यांतच संपतो.

तांबे : फक्त सहा महिने?

जोशी : हो, कारण भांडायचं कसं, हे त्यांना शिकवावंच लागत नाही. त्यांचे वर्ग मी एवढ्यासाठीच उघडले आहेत, की त्यांच्यापासून मलाच काही तरी शिकता येईल. मात्र एक गोष्ट आहे, बायका मुद्दा सोडून भांडतात. तो न सोडता भांडण्याची त्यांच्याकडून प्रॅक्टिस करून घेतली, की झालं.

तांबे : बरं, त्यांच्या पदव्या काय आहेत?

जोशी : वादकौमुदी, वादसौदामिनी आणि वादविद्यावती!

तांबे : बहोत अच्छा! क्या बात है!

जोशी : त्याशिवाय स्कॉलर्ससाठी ब्रॉन्झचे पुतळे करवून घेतले आहेत मी.

तांबे : पुतळे? ते आणि कुणाचे?

जोशी : पुरुषांसाठी जमदग्नी आणि दुर्वास यांचे.

तांबे : आणि बायकांसाठी?

जोशी : आनंदीबाई आणि सोयराबाई!

(तेवढ्यात विंगेतून आराडाओरड.)

तांबे : ते काय चाललंय् तिकडे?

जोशी : फर्स्ट इयरची मुलं असतील! (टाळी वाजवतो.) अरे, इकडे या

तुम्ही! (सहा-सात तरुण मुलं येतात.) कसलं भांडण चाललंय्?

एकजण : बसस्टॉपवरचं!

जोशी : ठीक आहे. इथं करून दाखवा!

(जोशी व तांबे बाजूला होतात.)

(बसच्या रांगेत उभं राहिल्याप्रमाणे मुलं उभी राहतात. गप्पा मारताहेत, काही जण बसची वाट पाहतायृत. तेवढ्यात एक जण पळत येऊन मध्ये घुसतो.)

पहिला : ओ मिस्टर, काय करताय् तुम्ही? च्यायला, आम्ही झक मारायला उभे आहोत काय?

दुसरा : तुम्ही झक मारताय्, की आणखी काही मारताय्, ते मला काय माहीत?

पहिला : म्हणायचंय तरी काय तुम्हाला?

दुसरा : मला काहीच म्हणायचं नाहीये. तुमच्यासारख्या मूर्ख माणसाशी बोलायचं तरी काय?

पहिला : ओ मिस्टर, मूर्ख कुणाला म्हणताय्?

दुसरा : तुम्हालाच! काय हो, बसस्टॉप काय तुमच्या मालकीचा आहे?

पहिला : आणि बस काय तुझ्या बापाची आहे?

जोशी : (पुढे येतो.) एक मिनिट थांबा, तुम्ही कोणत्या वर्गात आहात?

पहिला : फर्स्ट इयरला.

जोशी : मग फर्स्ट इयरला असताना तुम्हाला बाप काढता येणार नाही. बाप केव्हा काढायचा, यालादेखील नियम आहेत. सेकंड इयरला मी ते सगळं तुम्हाला शिकवणारच आहे. (दोघंही कावरेबावरे होतात.) असे नर्व्हस होऊ नका. भांडणात एक लक्षात ठेवायचं- मुद्दा आणि धीर या दोन्ही गोष्टी सोडायच्या नाहीत. त्यातून वेळ पडलीच, तर मुद्दा सोडावा; पण धीर अजिबात सोडायचा नाही. तेव्हा, गो ऑन, यू आर शोईंग गुड प्रोग्रेस!

(मुलं निघून जातात.)

तांबे : बराय, जोशीबुवा; मी चलतो आता. तुमचं सगळं काम कसं अगदी थक्क करून सोडणारं आहे.

जोशी : अच्छा, असंच भेटत चला अधनंमधनं. आमची कधी गरज पडली, तर बोलवा आम्हाला!

तांबे : हो, हो, अवश्य बोलवू. अहो, आम्ही चाळीत राहतो, तेव्हा कधी ना कधी तरी तुमची गरज पडणारच! बरंय, निघतो मी!
(निघून जातो. लाईटस् फेड अप्. फक्त तांबेवर स्पॉट.)

तांबे : तर असे हे जे. पी. जोशी आणि त्यांचं जगदग्नी वादालय! माझ्या बायकोनं आठवण करून दिली आणि मी ताबडतोब त्यांच्याकडे गेलो.

(पुन्हा लाईटस् येतात. जोशी या वेळी उदास, कपाळाला हात लावून बसले आहेत. तांबे प्रवेश करतो.)

तांबे : (इकडे तिकडे पाहत) हे काय हो, जोशीबुवा, बाकीचा वाडा का पाडला?

जोशी : (पराभूत आवाजात) मी स्वतः कशाला पाडेन? रस्तारुंदीच्या भानगडीत पाडावा लागला. एवढ्या तीनच खोल्या शिल्लक राहिल्या आहेत.

तांबे : आणि मग क्लासेसचं काय?

जोशी : क्लासेस् हलावावे लागले.

(उठून जमदग्नी वादालयाची पाटी काढून ठेवतो.)

तांबे : कुठं?

जोशी : माहीमला! आम्ही साफ हरलो. कॉर्पोरेशन जिंकली. कॉंपेन्सेशन मिळालं; पण जागा गेली, त्याचं दुःख आहे. ते जाऊ दे. तुमचं काय काम होतं?

तांबे : तुमच्या व्यवसायातलंच होतं. (जोशी विषण्णपणे हसतो. 'आता काय उपयोग' अशा अर्थाने हात उडवतो.) का, काय झालं?

जोशी : मी तो व्यवसाय सोडलाय आता!

तांबे : काय, म्हणताय काय तुम्ही?

जोशी : अहो, सरकारनं बंदी आणलीय. काय करणार?

तांबे : जे. पी., नीट सांगा काय झालं, ते!

जोशी : (उसळून) हरामखोर आहेत लेकाचे! अरे, समोरासमोर मैदानात सामना दिला असता ना, तर यांच्या बापालासुद्धा हरलो नसतो.

भडवे, गनिमी कावा खेळले!

तांबे : जोशी, शांत व्हा जरा!

जोशी : कसा शांत होऊ? त्यांनी माझ्या अंगाचा तिळपापड होऊन द्यायलाही सवलत ठेवली नाही. रस्तारुंदीला मी तशी परवानगी देणार नाही, भांडून भांडून आख्खी मुंबई डोक्यावर घेईन, याला सरकार घाबरलं. गनिमी कावा खेळलं माझ्याशी!

तांबे : जाऊ दे, जोशीबुवा, रस्तारुंदी ही देशसेवाच आहे. माझं एक छोटंसं काम आहे.

जोशी : भांडण सोडून काहीही सांगा!

तांबे : वा, असं कसं? तुम्हीच नाही म्हटल्यावर आमचा त्राता कोण? मी तुमच्या भरवशावर होतो.

जोशी : मला कल्पना आहे त्याची. उत्तम, शास्त्रशुद्ध भांडणाऱ्या माणसांची या देशात किती वाण आहे, ते स्वच्छ दिसतंय. भांडण कशाशी खातात, हे न समजणाऱ्यांची चलती आहे आज, आणि इथं आम्ही...

तांबे : जोशी, तुमचं दुःख मी जाणतो. माझं एवढं एकच भांडण तुम्ही भांडा, मग हवं तर भांडणनिवृत्त व्हा.

जोशी : सॉरी! नैतिक मूल्यांचा विचार केला, तर मी आता भांडू शकणार नाही. मॉरली, आय् ॲम नाऊ रिस्पॉन्सिबल टु गव्हर्न्मेंट!

तांबे : का पण?

जोशी : अहो, सरकारनं यंदा आम्हाला स्पेशल एक्झिक्यूटिव्ह मॅजिस्ट्रेट केलंय्! पूर्वी जे. पी. हा किताब द्यायचे, जे. पी. फॉर जस्टिस ऑफ पीस! मी स्वतः मॅजिस्ट्रेट असताना भांडायला जाणं योग्य वाटत नाही मला! मग मला सांगा! आता मी कसं भांडू?

(फ्रीझ होतो.)

तांबे : (प्रेक्षकांना) बंधूभगिनींनो, जोशीबुवांच्या या निर्णयामुळं मी फार हतबल झालोय. पुढच्या गुरुवारी विद्याधरशी नीट भांडता आलं नाही, तर आमच्यावर रस्त्यावर येण्याचीच वेळ येणार आहे. तर तुम्हा सर्वांना माझी हात जोडून विनंती आहे, की तुमच्यापैकी ज्यांनी जोशीबुवांच्या क्लासमध्ये ट्रेनिंग घेतलं असेल, त्यांनी कृपया माझ्या घरी पुढच्या गुरुवारी यावं. तुमची जी काही फी असेल, ती

देईन मी. शिवाय चहा-पोहे देईन. तुमच्या सहकार्यावर माझं भवितव्य अवलंबून आहे. कारण जोशीबुवांप्रमाणेच माझ्यासमोरही तोच यक्षप्रश्न आहे... आता मी कसं भांडू?

(फ्रीज. हळूहळू अंधार आणि पडदा.)

बॉनसाय

उल्हास सुतावणे

प्रवेश पहिला

(स्थळ : श्री. प्रधानांचा घराचा दिवाणखाना. मध्यमवर्गीयाला साजेसे घर.

प्रसंग : श्री. प्रधानांची कन्या शुभास 'बघण्या'साठी श्री. चित्रे येणार आहेत. संध्या. ६ चा सुमार.

पात्रे : सौ. व श्री. प्रधान, शुभा, तिची मैत्रीण चित्रा, तिचे काका व मामा. सर्व जण उत्सुकतेने चित्र्यांची वाट पाहताहेत. सजावटीवर पुन्हा पुन्हा 'अखेरचा' हात फिरवीत आहेत. आत-बाहेर करताहेत. विलक्षण तणावपूर्ण शांतता. डोअर बेलचा आवाज.
सर्व जण चुळबुळत अर्धवट उठतात. श्री. प्रधान (बाबा) घसा खाकरीत, शर्ट सावरीत पुन्हा एकदा खोलीभर नजर फिरवीत सावकाश दार उघडतात.)

बाबा : नमस्कार, या, या!

चित्रे : (गबाळेपणात मोडेल, असा पोशाख) नमस्कार. पण दरवाजा उघडायला उशीर का?

बाबा : (आश्चर्याचा धक्का, पण सावरून घेत) हॅ हॅ हॅ, त्याचं काय आहे...

चित्रे : त्याचं काहीही असो. मी वेळेच्या बाबतीत फार 'पर्टिक्युलर' आहे एवढं लक्षात आलं, तरी पुरे! बघा, सहा म्हणजे सहा!

बाबा : वा ऽवा! आवडलं आम्हाला!

(क्षणभर शांतता.)

काका : माफ करा, पण आपण एकटेच आलाय का?

चित्रे : आणखी कोण हवंय तुम्हाला?

काका : नाही म्हणजे... कोणी वडील माणूस... मित्र!

चित्रे : लग्न मला करायचंय! निर्णय मीच घेणार!

बाबा : ठीकाय. ही आमची शुभा. विचारा तिला, काय विचारायचं, ते!

चित्रे : मला अगोदरच काही गोष्टी स्पष्ट करायच्यात! मागाहून चर्चा नकोत!

बाबा : आमची काही हरकत नाही. बोला!

चित्रे : मी एक वेगळ्या वृत्तीचा मनुष्य आहे!

बाबा : म्हणजे?

चित्रे : मी फक्त वर्तमानकाळात जगतो! भूतकाळाशी माझा संबंध नाही. कारण न परतणाऱ्या काळावर जबाबदारी टाकणं मला योग्य वाटत नाही आणि भविष्यकाळ आपणास नेहमीच अज्ञात असतो!

मामा : वा, अगदी लाखातलं बोललात!

चित्रे : आपण भूतकाळाचे गोडवे गाण्यात आणि भविष्यकाळाची आश्वासनं व स्वप्नं देण्यात वर्तमानकाळ वाया घालावतो. 'महात्मा गांधी की जय' म्हटलं आणि 'मेरा भारत महान'चा जप केला, की आपलं वर्णन संपतं! छत्रपतींच्या पुतळ्याला हार घालून आपण स्वस्थ बसतो. पण आपण एक विसरतो...

मामा : काय?

चित्रे : या महापुरुषांनी वर्तमानकाळाचीच पूजा केली!

मामा : क्या बात है!

चित्रे : वर्तमानकाळाशी आपण नातंच तोडल्यानं आपण करतो काय, तर पंचवार्षिक योजना आखतो! म्हणजे नुसती आश्वासनं! ती पुरी करता येत नाहीत, म्हणून जागतिक बँकेचं कर्ज... अमेरिकेकडून मदत!

चित्रा : किती छान बोलता हो, तुम्ही!

चित्रे : छान नव्हे... वेगळं बोलतो मी! मी एक गद्य, रुक्ष माणूस आहे. माझं काम रोखठोक! मला भावनाप्रधान होता येत नाही. काव्याच्या बाबतीत मी 'ढ' आहे! प्रीती, त्याग, विरह, आराधना हे सर्व रिकामटेकड्या माणसांचे उद्योग आहेत, असं मी समजतो!

मामा : बहोत खूब!

चित्रे : मला तुम्हा सर्वांना आणि खास करून तुमच्या मुलीला सांगायचं आहे, ते हे!

आई : आमची शुभा तुमच्याशी जुळवून घेईल.

चित्रे : तिनं कोणत्याही बाबतीत माझ्यावर अवलंबून राहता कामा नये. बायकोला घेऊन फिरायला जाणं, नाटक-सिनेमा पाहणं, तिला साड्या किंवा दागिने आणून दिवाळं काढून घेणं, असल्या गोष्टी मला जमणार नाहीत! आणखी एक...

आई : काय?

चित्रे : तिनं नोकरी केली पाहिजे. तिची तिनंच ती शोधावी. मी मदत करणार नाही!

बाबा : मान्य.

चित्रे : ठीक तर. हे माझं पत्ता असलेलं 'इनलँड लेटर'. चार दिवसांत निर्णय कळवा. पाचव्या दिवशी मी दुसरी मुलगी पाहण्यास मोकळा. पोस्टाची दिरंगाई वगैरे सबबी मला नामंजूर!

बाबा : हो, पण मुलीला तुमच्या आई-वडिलांना दाखवायची असेल, तर...

चित्रे : त्याची गरज नाही! वडील लांब कऱ्हाडला असतात. आई केव्हाच वारली!

काका : यशोदाबाई वारल्या? केव्हा?

चित्रे : यशोदाबाई माझी आई नाही. ती माझ्या वडिलांची दुसरी बायको!

कामा : म्हणजे तुमची सावत्र आई!

चित्रे : आई माणसाला एकच! त्याला जन्म देते, ती!

बाबा : ठीक आहे, पण लग्नाची तारीख तरी तुमच्या वडिलांच्या सोयीनं बघावी लागेल, तेव्हा...

चित्रे : आमचे तीर्थरूप लग्नाला येतीलच, असं नाही! ते म्हणतील, मी तुझ्या लग्नाच्या दिवशी मुंबईत असलो, तर येईन!

बाबा : कमाल आहे!

चित्रे : लग्न अगदी साध्या प्रकारे व्हावं! हुंडा, मानपान, पोशाख यांपैकी मला काही नको!

काका : मानलं तुम्हाला!

चित्रा : आजच्या तरुणांनी तुमचा आदर्श ठेवला, तर?

चित्रे : यात मी काही विशेष करीत नाहीए. असो. आणखी एक गोष्ट बजावून सांगतो. तुमच्या मुलीला ऊठसूट माहेरी येता येणार नाही!

आई : आमचीही ती अपेक्षा नाही.

चित्रे : सासर-माहेर जवळ असलं, की असं होतं! ती सहा महिन्यांतून एकदाच माहेरी येईल. हे सर्व मान्य असलं, तरच पत्र टाका!

बाबा : कळवतोच मी!

(चित्रे निघून जातात. पुन्हा हॉलभर शांतता. मग अकस्मात स्फोट व्हावा, त्याप्रमाणे संभाषण सुरू.)

काका : गृहस्थ जरा विक्षिप्त वाटतात, नाही?

मामा : तसं पाहिलं, तर प्रत्येक व्यक्तीत विक्षिप्तपणाचा अंश असतोच!

बाबा : बाही घरचे लोक कसे आहेत, कुणास ठाऊक!

मामा : त्याचं काय आहे, गृहस्थाची आई त्याच्या बालपणीच वारली. बापानं तिची चिता पूर्ण विझायच्या आत दुसरं लग्न केलं अन् चिरंजीवांना हॉस्टेलचा रस्ता दाखवला! त्यामुळं बिचारा एकलकोंडा अन् आत्मकेंद्रित झाला आहे!

चित्रा : तरी पण बोलण्याची पद्धत जरा 'इन्सल्टिंग'च वाटली!

आई : एक नंबरचा तिरसट अन् शिष्ट वाटला मला!

मामा : असे घाईनं निष्कर्ष काढू नका! परिस्थितीचे चटके बसलेला माणूस थोडासा रुक्ष आणि कठोर होतोच!

शुभा : मामा, या माणसानं तुला वकीलपत्र दिलंय् का?

मामा : अरेच्या, खुद्द शुभाताई काय म्हणताहेत, तिकडे आपण लक्ष दिलं नाहीय! हं, बोल, शुभा, कसे वाटले तुला चित्रे?

शुभा : ते इनलँड कुठाय? ताबडतोब नापसंती कळवते!

आई : खरंच, असला तिरशिंगराव जावई नकोच मला!

बाबा : नकार कळविणं सोपं आहे; पण चित्रे भूतकाळाचा विचार करीत नाहीत, हे फार महत्त्वाचं वाटतं मला!

शुभा : पण इतर मतांचं काय?

बाबा : गृहस्थ निर्भीड आहे. स्पष्टवक्ता आहे!

चित्रा : पण तुसडे वाटतात! अरसिक आहेतच.

मामा : अगं, लग्नानंतर शुभाच्या सहवासात बदलेलसुद्धा! गृहस्थ पत्रकार आहे. त्यामुळं समाजातल्या ढोंगावर तो प्रहार करतो. त्याला समजून घ्यायला हवं!

बाबा : आणि हे बघ शुभा, गोड बोलून, लग्नाच्या शपथा घेऊन, परागंदा झालेल्या सुरेशपेक्षा हा लाख पटीनं बरा नाही का? तो तुला तुझा पूर्वेतिहास तरी विचारणार नाही!

शुभा : तुम्हाला काय करायचं, ते करा! मी आड येणर नाही! पण मी चित्र्यांशी मनापासून नव्हे, तर एक तडजोड म्हणून, तुमच्याविषयीच्या कर्तव्याचा एक भाग म्हणून आणि आईच्या चिंतेचा विषय मिटावा, म्हणून लग्न करायला तयार आहे.

चित्रा : तू घाबरू नकोस, शुभा! तू हे 'चॅलेंज' घेच. चित्र्यांत अंतर्बाह्य बदल घडवून आण. तुला ते अशक्य नाही... आणि त्या सुरेशच्या आठवणींत किती दिवस झुरणार? तो तिकडे परदेशात मजा मारीतच असेल!

काका/मामा : बेस्ट लक, शुभा! आम्ही आहोतच पाठीशी.

प्रवेश दुसरा

(स्थळ : चित्र्यांचे घर. चाळवजा खोली.

वेळ : दुपारचे दोन वाजलेत.

प्रसंग : शुभा निवांत कॉटवर लोळत आहे. एवढ्यात डोअरबेलचा आवाज. शुभा धडपडत दार उघडते. दारात मैत्रीण चित्रा उभी.)

चित्रा : आहेत का बाईसाहेब घरात?

शुभा : अगं चित्रा, ये ये! बरं झालं बाई तू आलीस! मला वेळ एवढा खायला उठलाय्...

चित्रा : का, गं? नव्या नवलाईचे तुझे दिवस हे!

शुभा : कसली नवलाई घेऊन बसलीस?

चित्रा : म्हणजे?

शुभा : अग, चित्रे पहिल्या भेटीत वाटले, त्याहीपेक्षा जास्त नीरस आहेत!

चित्रा : नीट उलगडून सांगशील का?

शुभा	:	एका वाक्यात सांगू?
चित्रा	:	सांग!
शुभा	:	चित्रे माणूस नाहीत. एक जनावर आहेत!
चित्रा	:	तपशीलवार सांग.
शुभा	:	आहार, भय, निद्रा, आणि मैथुन ही प्राण्याची चार लक्षणं चित्र्यांमध्येही एवढीच आहेत!
चित्रा	:	मला वाटलं, तू तुझ्या सौंदर्यानं, तारुण्यानं, बुद्धिकौशल्यानं आणि प्रसन्न स्वाभावानं त्यांना जिंकून घेतलं असशील!
शुभा	:	'प्रयत्न वाळूचे कण रगडिता...' या श्लोकाची ओळ ठाऊक आहे ना?
चित्रा	:	म्हणजे अगदीच 'गॉन केस' आहे, म्हणायची!
शुभा	:	माणूस अगदी वैतागवाडी आहे! एकेक गमतीजमती सांगितल्या, तर थक्क होशील!
चित्रा	:	सांग ना एखादी!
शुभा	:	तू लग्नाला नव्हतीस, नाहीतर दिसलंच असतं. अगं, गृहस्थ पहिल्या पंक्तीलाच जेवायला बसला. मला इतकं ओशाळल्यासारखं झालं.
चित्रा	:	काय सांगतेस काय!
शुभा	:	म्हणाले... मला कडकडून भूक लागली आहे, मी खूप सांगून पाहिलं, पण त्यांचा आपला एकच हेका!
चित्रा	:	अग शुभा, तुझ्या लग्नाचा अल्बम् असेल ना? बघू तरी!
शुभा	:	कसला अल्बम! एकही फोटो काढू दिला नाही त्यांनी! उखाणे, नाव देणं, घास देणं, सगळं 'बोगस' आहे, म्हणे!
चित्रा	:	कम्माल आहे!
शुभा	:	त्याही परिस्थितीत चित्र्यांचा मला हेवाच वाटला!
चित्रा	:	का?
शुभा	:	गृहस्थ सावकाश एकेक घास जेवत होता. वर्तमानकाळात जगणारा सुखी प्राणी! नाहीतरी उष्टा घास भरविताना मला सुरेशचीच आठवण झाली असती!
चित्रा	:	तुला अजूनही सुरेश आठवतो? त्यानं तुला फसवलं, तरी?
शुभा	:	ते माझं पहिलं प्रेम होतं, चित्रा! सुरेशच्या व्यक्तिमत्त्वाची, त्याच्या बोलण्याची... चालण्याची सर चित्र्यांना कुठली?
चित्रा	:	शुभा, तुझी 'सुहागरात' कशी झाली?

शुभा : माझ्या डोळ्यांपुढं सतत सुरेशच होता! चित्र्यांची तुलना नकळत सुरेशशीच करायचं माझं मन!

चित्रा : हे चांगलं, नाही, शुभा!

शुभा : चांगलं, की वाईट! सुरेश शृंगारक्रीडेत प्रवीण होता! शरीर आणि मन... दोन्ही फुलविण्याचं कौशल्य त्याच्यात होतं!

चित्रा : चित्रे नेमके कशात कमी पडतात?

शुभा : प्रेमात अर्पणभाव लागतो. स्वतःकडे कमीपणा घेण्याची तयारी लागते. चित्रे अहंकार, तिथंही सोडू शकत नाहीत!

चित्रा : तू का नाही घेत कमीपणा?

शुभा : मी मन सुरेशला अर्पण केलं आहे; शरीर चित्र्यांना! पण तिथं मी कर्तव्यात कसूर करीत नाही. चित्रे तृप्त दिसतात; त्याचंही कारण वर्तमानकाळ! त्या क्षणी ते खूप सुखी असतात. असं त्यांनी एकदा बोलूनही दाखवलं!

चित्रा : मग तुला आणखी काय हवंय?

शुभा : चित्र्यांइतका आनंद मला मिळतोय का? एकदा चित्रे मला काय म्हणाले, माहीत आहे?

चित्रा : सांग!

शुभा : एका रात्री कार्यभाग संपताच चित्रे दूर झाले, तेव्हा मी विचारलं, 'तुम्हाला बायको कशासाठी हवी होती, हो?'

चित्रा : काय उत्तर दिलं त्यांनी?

शुभा : 'वेश्येकडे खूप पैसे लागतात, शिवाय गुप्तरोगाची भीती!'

चित्रा : बाई गं! शुभा, आय रिअली पिटी यू! तुला 'बेस्ट विशेस' देण्याशिवाय मी काय करू शकते? अच्छा, चलू मी? बराच वेळ झालाय.

शुभा : येत जा अशीच अधूनमधून! अन् माझी काळजी करू नकोस! मी हे आव्हान स्वीकारलं!

प्रवेश तिसरा

(स्थळ : चित्र्यांचे घर.)

वेळ : दुपारची.

प्रसंग : दार उघडंच आहे. शुभा ऑफिसातून लवकर घरी आलेली आहे. तिचे काका अचानक प्रकटतात.)

काका : काय चाललंय शुभाताईचं?

शुभा : अय्या, काका? इकडे कसे? या वेळी?

काका : आधी हे सांग, तू या वेळी घरी कशी?

शुभा : जरा बरं वाटत नव्हतं, म्हणून लवकरच निघाले, तुमच्या पुढंच आलेय मी!

काका : फार ताण पडतोय का ऑफिसच्या कामाचा?

शुभा : छे! पण तुम्हाला कसं कळलं, मी नोकरीला लागल्याचं?

काका : अगं, तुझ्या नवऱ्यालाच फक्त बातम्या जमवता येतात, वाटतं? आणि तुझ्या तब्येतीचं कारण माहीत आहे, म्हटलं, आम्हाला!

शुभा : इश्श!

काका : तुझ्या नवऱ्यानं माहेरी यायला बंदी केली, तरी आम्ही तुझ्याकडे येऊ शकतोच की! तुझ्या आईनं तुला काय 'हवं नको' ते विचारलंय् आणि शुभा, तुझ्या नोकरीची बातमी खुद्द चित्र्यांकडूनच कळली!

शुभा : ती कशी?

काका : अगं, फोन केला सरळ ऑफिसमध्ये!

शुभा : धड बोलले का तुमच्याशी?

काका : माझं एक जाऊ दे! तुझ्याशी कसे वागताहेत ते?

शुभा : (एक सुस्कारा) काय सांगणार? काका, तुम्ही चहा घेणार, की नाही?

काका : विषय बदलू नकोस.

शुभा : माझ्याशी ते त्यांच्या स्वभावानंच वागताहेत. पण, काका, ते आता अंगवळणी पडत चाललंय! मी आता त्यांच्या तऱ्हेवाईक वागण्याकडे तटस्थपणे पाहू शकते!

काका : चांगलं आहे! त्यांच्या तऱ्हेवाईकपणाचा एखादा मासला ऐकव ना!

शुभा : मी चित्र्यांच्या म्हणण्यानुसार बँकेत अर्ज टाकला. मी सहज फोर्टच्या त्या बँकेत कसं जायचं, म्हणून विचारलं, तर काय म्हणाले असतील?

काका : 'देवानं तुला पत्ता विचारायला तोंड दिलंय, तिथपर्यंत पोचण्यासाठी पाय दिलेत!'

शुभा : अगदी हेच शब्द! फक्त देवाच्या ऐवजी 'निसर्ग' म्हणाले!

काका : मग काय, 'स्वावलंबन हेच जीवन' झालंय तर तुझं!

शुभा : काका, बँकेतला एक जण सारखा माझ्या मागे मागेच करायचा. मी त्यांना म्हटलं, 'त्याचा काही तरी बंदोबस्त करा.' तर उलटं मलाच उपदेशामृत पाजलं!

काका : काय म्हणाले जावईबापू?

शुभा : म्हणाले, 'त्याला एखाद्या हॉटेलात घेऊन जा, कदाचित तो तुझ्यावर मनापासून प्रेम करीत असेल! त्याची 'डिग्निटी' सांभाळून त्याला नीट समजावून सांग!'

काका : वा! मवाली माणसालाही डिग्निटी असते, तर!

शुभा : मी म्हटलं, की त्या उल्लूला समजावून सांगून काही उपयोग नाही. तर म्हणतात, सरळ चपलेनं त्याचं थोबाड रंगव, म्हणजे खमंग बातमी तरी होईल!

काका : पत्रकाराला सर्वत्र बातमीच दिसते!

शुभा : चित्रे तसं मानीत नाहीत! त्यांच्या मते या लोकांना धडा शिकविण्याचा हाच मार्ग आहे!

काका : मग तू केलंस काय शेवटी?

शुभा : त्या मवाल्याची बदलीच झाली अन् प्रश्न मिटला. पण एक महत्त्वाचा धडा मी शिकले. चित्रे माझ्या उपयोगी पडणार नाहीत. माझे निर्णय मलाच घ्यावे लागणार!

काका : चांगलं आहे की!

शुभा : चित्र्यांच्या माझ्या व संसाराविषयीच्या उदासीनतेनं मला स्वयंसिद्ध बनवलंय्! ते माझ्या अध्यात मध्यात नसतात, ते एका परीनं मला बरंच वाटतं. त्यांनी हुकूमशाही गाजवली असती, तर मला जास्त त्रास झाला असता! कारण चित्रे नुसते हेकट नाहीत, तर स्वार्थीही आहेत! अशांच्या लेखी इतरांना अस्तित्वच नसतं!

काका : चित्र्यांनी तुला नोकरीला लावलं, म्हणजे तुझ्या पैशावर त्यांचा...

शुभा : छे, छे! त्यांना पैसाही नको अन् जबाबदारीही नको! स्वतःच्या कातडीला जराही धक्का लावून घ्यायचा नाही त्यांना! काका, तुम्हाला सांगते. त्यांना भावना नाहीएत! कारण मालकी गाजवणं म्हणजे थोडे तरी कष्ट घेणं आलं! 'पझेशन'ची भावना असणारा आपल्या जोडीदारामागे उपग्रहाप्रमाणे फिरत असतो! म्हणजे बंधन आलं! चित्र्यांना ते नको!

काका : तुझा बाकी चांगलाच अभ्यास झालेला दिसतोय्, चित्र्यांविषयीचा!

शुभा : त्यांच्या दृष्टीनं मी एक यंत्र आहे! चहाच्या वेळी चहा, जेवणाच्या वेळी जेवण अन् हवं तेव्हा शरीरसुख देणारं यंत्र! मीही त्यांना चहाच्या कपापासून शरीरापर्यंत हवं ते देत आहे; केवळ कर्तव्य म्हणून!

काका : पण त्यांची तुझ्या बाबतीत काही कर्तव्यं नाहीत काय?

शुभा : त्यांची माझ्याबद्दल कोणतीही भूमिका असो, पण माझ्या भूमिकेबाबत त्यांना जराही बोट दाखवता येणार नाही! मी पत्नीकर्तव्यात उणी पडले, असं म्हणायला त्यांची जीभ कधीच धजणार नाही, इतकी माझी प्रतिमा स्वच्छ आहे! त्यामुळं एक प्रचंड आत्मविश्वास माझ्यात आलेला आहे. त्याच आधारावर मी जगत आहे.

काका : शुभा, तू ग्रेट आहेस! दादा-वहिनी सतत तुझ्या चिंतेत असतात. आता त्यांना जाऊन मी सांगेन, आपली शुभा कशी धीरोदात्तपणे संसार करीत आहे! बरंय बेटा, येतो मी!

शुभा : थांबा, काका, गरमागरम कॉफी करते.

काका : नको, तू भेटलीस, समाधान झालं!

प्रवेश चौथा

(स्थळ : प्रधानांचे घर.
प्रसंग : शुभा सहा महिन्यानंतर माहेरी आलेली आहे.)

आई : शुभे, मी ऐकलंय... खरंय का?

शुभा : कशाबद्दल?

आई : उगीच वेड घेऊन पेडगावला जाऊ नकोस! तू 'ॲबॉर्शन' करायचं म्हणत्येस, ते खरं आहे?

शुभा : होय!

आई : अगं, आई होण्यासाठी स्त्रीचा जन्म असतो. ज्यांना आईपण लाभत नाही, त्या आकाशपाताळ एक करतात, अन् तू देवानं दिलेलं मातृत्व नाकारतेस?

शुभा : मी आईपण नाकारीत नाहीए. मला चित्र्यांचा वंश उरात वाढवायचा नाही!

आई : का?

शुभा : चित्र्यांचे विक्षिप्त विचार अंशरूपानंही समाजात वावरता कामा नयेत!

आई : अगं, मग तू नीट काळजी का घेतली नाहीस? आता एवढ्या उशिरा गर्भपात...

शुभा : खूप काळजी घेतली, आई. पण आपल्या हातात नव्याण्णव टक्के

गोष्टी असल्या, तरी नियतीच्या हातातला एक टक्का भारी पडतो!

(तेवढ्यात चित्रा येते.)

आई : बरं झालं बाई, तू आलीस! तूच समजावून सांग तुझ्या मैत्रिणीला!
चित्रा : काय खूळ घेतलंय आता शुभानं डोक्यात?
आई : तूच सांग, शुभा. मी चहा टाकते.
शुभा : मिस्टर चित्र्यांच्या 'झेरॉक्स प्रती' निघाव्यात, असं वाटतं तुला, चित्रा?
चित्रा : आलं माझ्या ध्यानात! तुझा काय विचार आहे, तेही आलं माझ्या लक्षात. मला एक सांग, मूल फक्त चित्र्यांचंच असेल का? तुझ्यासारखं ते होणार नाही कशावरून!
शुभा : मला 'रिस्क' घ्यायची नाही!
चित्रा : ॲबॉर्शनसुद्धा तेवढंच 'रिस्की' असतं! तिशी ओलांडली, की सगळंच कठीण!
शुभा : चित्रा, संसाराबद्दल बेजबाबदार असणाऱ्या चित्र्यांना बाप होण्याचा काय अधिकार?
चित्रा : मान्य; पण तुला तर आई होण्याचा अधिकार आहे, की नाही?
शुभा : मी मातृत्वाचा त्याग करण्यास तयार आहे. आजवर एवढा त्याग केला, त्यांत आणखी एक!
चित्रा : आता तुला बरं वाटतंय्, पण काही वर्षांनी तुला जड जाईल. चित्र्यांशी तुझा संवाद नाहीच, मूल असलं, म्हणजे त्याच्या सहवासात मन रमेल!

(आई चहा घेऊन येते.)

आई : अगं, तुझं बाळ आम्ही सांभाळू वाटलं तर! पण आमचं एवढं ऐक.
शुभा : ठीक आहे. तुम्ही सर्व माझ्या हिताचाच विचार करीत असणार!
चित्रा : दुपटी शिवायला घ्या, आजीबाई! शुभा, मी चालते. बेस्ट लक हं!

प्रवेश पाचवा

(स्थळ : चित्र्यांचे घर.

पात्रे : शुभाचा मुलगा आशुतोष आणि शुभा.)

आशुतोष : आई, परवा मला ट्रिपला जायचंय. पैसे हवेत!

शुभा : अरे, पण बाबांकडून घे की!

आशुतोष : का? तू कमवत नाहीस?

शुभा : अरे, ते कुटुंबप्रमुख आहेत! आणि पैशांचा प्रश्न नाही, ते मी तुला देईन, पण बाबांची परवानगी नको का घ्यायला?

आशुतोष : (उपहासाने हसून) वाऽरे कुटुंबप्रमुख! माझ्या जन्माच्या वेळी प्रसूतिगृह शोधण्यापासून पोलिओ ट्रिपलचे डोस मला देण्यापर्यंत सर्व कामं तूच केलीस, हे तूच मला सांगितलंस ना?

शुभा : अरे, माझी गोष्ट वेगळी! ते तुझे वडील आहेत. तुझ्याशी ते वाईट कसे वागतील?

आशुतोष : माझा वर्गात पहिला नंबर आला. नव्वद टक्के मार्क्स मिळाले. काय म्हणाले बाबा? पाठीवर थाप मारणं दूरच. म्हणतात, 'बस्स! एवढेच मार्क्स्?'

शुभा : अरे, ते गमतीनं म्हणाले असतील!

आशुतोष : बाबा अन् गंमत करणार? त्यांच्या हसण्या-बोलण्यांत कुत्सितपणाशिवाय असतं का काही?

शुभा : असं बोलू नकोस! तुझ्या वाढदिवसाला ते मुद्दाम तुला काही तरी 'प्रेझेंट' देतात, हे विसरलास, वाटतं?

आशुतोष : आई, बाबांच्या दोषांवर पांघरूण घालण्यासाठी खोटंसुद्धा बोलायला शिकलीस तू?

शुभा : अरे, काय म्हणतोस ते?

आशुतोष : होय, आई, वाढदिवसाला मुद्दाम दोन वस्तू तू स्वतःच आणत्येस अन् बाबांचं नाव सांगत्येस!

शुभा : आशुऽऽ

आशुतोष : जो गृहस्थ स्वतःच्या मुलाशी धड एक शब्द बोलत नाही, तो माझ्या वाढदिवसाला प्रेझेंट आणेल, हे संभवतच नाही!

शुभा : काही माणसांना प्रेम बोलून व्यक्त करता येत नाही!

आशुतोष : बाबा संतापतात, तेव्हा कशी शब्दांची आतशबाजी होते?

शुभा : तरीही ते दुष्ट नाहीत!

आशुतोष : याचा अर्थ ते प्रेमळ आहेत, असा होत नाही!

शुभा : राहिलं! ते आपल्यापेक्षा वेगळे आहेत!

आशुतोष : याचा अर्थ ते प्रेमळ आहेत, असा होत नाही!

शुभा : राहिलं! ते आपल्यापेक्षा वेगळे आहेत!

आशुतोष : तू बाबांचेच शब्द वापरलेस! ते 'वेगळे' आहेत, म्हणजे नेमके कसे आहेत, याचा कधी विचार केलाहेस का?

शुभा : ते खरंच वेगळे आहेत. तुला माहीत आहे. माझा पगार, सेव्हिंग्ज यांबद्दल त्यांनी एका अक्षरानंही मला कधी विचारलं नाही... मी कुठं जाते, काय करते, खर्च किती करते, यांत कधीच नाक खुपसलं नाही...

आशुतोष : तू तुझे पैसे खर्च करतेस, म्हणून ते बोलत नाहीत. त्यांच्या खिशाला जोपर्यंत झळ लागत नाही, तोपर्यंत ते कशाला तुला विचारतील? मागे एकदा तू नव्हतीस, तेव्हा मी त्यांच्याकडे थोडे पैसे मागितले, तेव्हा माझ्या मित्रादेखत ते म्हणाले, 'पैसे हॉटेलात चहा पिण्यासाठी उधळायचे नसतात!' कधी नव्हे तो आलेला माझा मित्र बिनचहाचा वाटेला लावला!

शुभा : अरे, ते बोलायला फटकळ आहेत, पण...

आशुतोष : फणसाप्रमाणे 'वरून काटे, आत रसाळ गोमटे' असं तुला म्हणायचंय् काय? आई, बाबा नुसते विक्षिप्त नाहीत! तसे प्रत्येकाचेच वडील थोडे थोडे वेगळे आहेत. कुणी चिक्कू आहेत, कुणी तिरसट आहेत; पण बाबांचं वेगळेपण काय आहे, ते मी चांगलं ओळखून आहे!

शुभा : काय म्हणायचंय् तुला?

आशुतोष : माझ्या मित्रांचे वडील त्यांच्यासाठी, घरासाठी किती तरी झिजतात, काहीही करण्यास ते तयार असतात; पण बाबा मात्र आपल्या घराशी, त्यातल्या माणसांशी... तुझ्याशीसुद्धा फटकून वागतात. ते सगळ्यांतून स्वतःची सुटका फक्त शोधतात!

शुभा : तुझ्यापुढं बोलायची काही सोयच उरली नाही!

आशुतोष : बाबांच्या समर्थनार्थ तू बोलूही शकणार नाहीस! केवळ पती म्हणून त्यांचं लटकं समर्थन करण्यात काय अर्थ? बाबा पत्रकार, म्हणून माझ्या मित्रांना आदरयुक्त कुतूहल वाटतं. सगळ्या बातम्या मला अगोदरच कळत असतील, असं त्यांना वाटतं! पण 'अंदर की बात' त्यांना काय ठाऊक?

शुभा : अरे, ते तुझ्या शिक्षणाचा सर्व खर्च करतात...

आशुतोष : काय जगावेगळं करतात? अन् तसं ते समजत असतील, तर

त्यांची एक दमडीही मला नका! बाबांनी कधी काही स्वतःहून मदत केली? विचारायला तोंड आहे, पत्ता शोधायला पाय आहेत. असं शहाजोगपणे ऐकवलं, की संपलं यांचं कर्तव्य! आपल्याकडे एवढी पुस्तकं आहेत, एक तरी त्यांनी वाचू दिलं? नाटक-सिनेमांचे पासेस् मिळतात? पाहिलंय आपण तिघांनी कधी एकत्र नाटक? घरी लेखक मंडळी येतात, चर्चा झडतात. पडू दिला कधी त्यांनी एक शब्द कानांवर?

शुभा : अरे, तुला झालंय तरी काय?

आशुतोष : मला काहीही झालेलं नाही! काही झालं असेल, ते तुला! पतिकर्तव्याची तुला नशा चढलीय, आई! त्यातून तू बाहेर ये! दान जसं सत्पात्री असावं लागतं, तशी कर्तव्यसुद्धा लायक माणसांच्या बाबतीतच पुरी करायची असतात!

शुभा : केवढं तत्त्वज्ञान सांगतोयस रे, तू?

आशुतोष : अनुभवान्ती मिळालेलं हे ज्ञान आहे! बाबांच्या बेजबाबदार स्वभावाच्या चटक्यांनी माझं बालपण होरपळून गेलं, उरलेल्या राखेत मिळालेले हे ज्ञानकण आहेत! सांग आई, बाबांनी माझ्यासाठी, तुझ्यासाठी, घरासाठी काही तरी कधी आणलं काय? एकच वस्तू आणलेली मला आठवते. बॉनसाय केलेलं लिंबाचं एक झाड! ती वस्तूच सगळं काही काही सांगते!

शुभा : तू काय म्हणतोस, मला समजत नाही. बाबांनी नाही, तरी मी तुझ्यासाठी खूप काही आणतेच ना?

आशुतोष : म्हणून तर या घरात मी टिकून आहे! पण बाबांनीही साथ दिली असती, तर मी खूप मोठा झालो असतो!

शुभा : तू खूप मोठा होशील. माझा तुला आशीर्वाद आहे.

आशुतोष : त्या आधारावरच तर मी जगतोय... पण बाबांचा मी चांगलाच सूड घेणार आहे, आई!

शुभा : काय करणार आहेस तू?

आशुतोष : ते वेळ आल्यावर समजेल तुला.

(आशुतोष दाणदाण पावलं टाकीत निघून जातो. शुभा हतबुद्ध होऊन बघत राहते.)

शुभा : आशुऽऽऽ

प्रवेश सहावा

(स्थळ : हॉस्पिटल.
प्रसंग : चित्र्यांना 'हार्टअ‍ॅटॅक' आल्यानं इथं दाखल केलं आहे. शुभा त्यांच्या उशाशी बसून आहे. चित्रे हळूच डोळे उघडतात.)

चित्रे : तुम्ही इथं कशा?

शुभा : म्हणजे? आज चार दिवस झाले, तुम्हाला हार्टअ‍ॅटॅक येऊन. मी तेव्हापासून इथंच नाही का तुमच्या उशा पायथ्याशी? अन् हे तू ऐवजी 'तुम्ही' काय करताय?

चित्रे : उगीच माझ्यासाठी रजा कशाला वाया घालवताय तुमची?

शुभा : त्याची तुम्हाला कशाला काळजी? तुम्ही स्वस्थ पडून राहा.

चित्रे : आता जिवाला स्वस्थता कुठली?

शुभा : असं का म्हणताय्?

चित्रे : हा हार्टअ‍ॅटॅक आहे. केव्हा, काय होईल, सांगता येणार नाही. पण तुम्ही काळजी करू नका.

शुभा : तुमची काळजी मी नाही करणार, तर कोण करणार?

चित्रे : माझी चिंता वाहायला मी समर्थ आहे शुभा! आय् अ‍ॅम परफेक्टली ऑल राईट! अन् इथं नर्सेस् आहेत, त्या कशासाठी?

शुभा : बिछान्याला खिळलात, तरी तुमचं असलं बोलणं संपत नाही! काही तरी वेगळं बोला... वेगळं म्हणजे... तुमच्या नेहमीच्या भाषेतलं वेगळं नाही!

चित्रे : तुम्हीच काही तरी बोला. गप्पा मारा.

शुभा : तुमच्याशी गप्पा करण्याचे दिवस कधीच संपले!

चित्रे : संपले, म्हणू नका; सुकले म्हणा!

(चित्रे शुभाचा हात हातात घेतात.)

शुभा : काही हवंय का?

चित्रे : काही नको! माझी आई लहानपणीच गेली. तिचा स्पर्श आता आठवत नाही. तो असाच असेल का?

(चित्रे अस्पष्ट हुंदका देतात. तेवढ्यात सिस्टर येते. चित्रे सावरून अर्धवट उठू लागतात.)

सिस्टर : हॅलो, मि. चित्रे, बरं वाटतंय ना?

चित्रे : तुम्ही आता उगवलात?

सिस्टर : आम्हाला काय तुम्ही एकटेच पेशंट आहात?

चित्रे : त्याच्याशी मला कर्तव्य नाही! आम्ही पैसे मोजून उपचार घेत आहोत. माझ्या पैशाचे 'रिटर्न' मला मिळायलाच हवेत!

सिस्टर : काय सांगायचं, ते डॉक्टरांना सांगा.

चित्रे : सांगिनच. तुमची नोकरीच घालवून टाकीन.

(सिस्टर रागारागानं निघून जाते.)

शुभा : अहो, काय हे? बिचारी चांगली होती स्वभावानं!

चित्रे : स्वभावानं चांगली असून काय उपयोग? वेळेचं महत्त्व न समजणाऱ्या माणसांचं 'टॅलंट' फुकट जातं! काळाशी बेइमानी करणाऱ्या गुणी माणसांच्या चुका, म्हणजे इतिहास!

शुभा : तुम्हाला तत्त्वज्ञान ऐकवायचं असेल, तर मी जाते.

चित्रे : थांबायला तुम्हाला सांगितलंय कुणी? तुमच्या उपस्थितीनं माझा मृत्यू यायचा थांबणार थोडाच? तो त्याच्या वेळेवर येणार, म्हणजे येणार! म्हणून तर त्याच्यावर कोणी विजय मिळवू शकत नाही! तो फक्त वर्तमानकाळ जपतो!

शुभा : तुमचं लाडकं तत्त्वज्ञान तुम्हालाच लखलाभ!

चित्रे : माझे विचार तुम्हाला पटावेत, असं मी म्हणणार नाही. पण म्हटलं तर आत्ताच पटावेत. भविष्यात पटून फायदा नाही! आम्ही तुम्हाला खूप त्रास दिला असेल, याची जाणीव आहे. आम्ही कुणावरही प्रेम केलेलं नाही आणि म्हणूनच आमच्यावर कोणी प्रेम करावं, अशी आमची अपेक्षा नाही!

शुभा : जाऊ द्या! कसलाच विचार करू नका.

चित्रे : तुम्ही आमची कोणत्या शब्दांत संभावना करीत असाल, याची कल्पना आहे!

शुभा : कोणत्या?

चित्रे : एक दुष्ट, माणुसकी नसलेला हृदयशून्य माणूस!

शुभा : तुमचा अंदाज चुकला!

चित्रे : मग!

शुभा : तुम्ही डरपोक आहात, पळपुटे आहात!

चित्रे : खुलासेवार सांगा.

शुभा : भूतकाळाची ज्याला भीती वाटते आणि भविष्यकाळात कल्पनेनं रममाण होण्याची ज्याची क्षमता नाही, त्याला कॉवर्ड नाही म्हणणार, तर काय म्हणणार? एक लक्षात ठेवा, इतिहास असतो, तो माणसांना. केवळ वर्तमानकाळात जगतात, ती जनावरं!

चित्रे : अहो, एवढं वाईट बोलू नका!

शुभा : तुम्ही आमच्याशी जेवढं वाईट बोलला आणि वागला, त्याच्या शतांशानंही हे वाईट नाही! बरं, मी चलते!

(तेवढ्यात आशुतोष येतो.)

शुभा : आशु, तू आलास, बरं झालं! किती दिवसांपासून मी तुला सांगत होते, एकदा ह्यांना जाऊन भेट!

आशुतोष : मी बाबांना भेटण्यासाठी नाही आलोय्, आई!

शुभा : मग?

आशुतोष : तुला भेटण्यासाठी! चार-पाच दिवस तू घरी आलेली नाहीस. झोप नाही. धड खाणं-पिणं नाही! अशानं तूही आजारी पडशील!

शुभा : मग तू थांबतोस का इथं?

आशुतोष : मी? हॅट! मला लाख कामं आहेत!

शुभा : अरे, इथं तुझे वडील गंभीर आजारी आहेत, अन् दोन साधे शब्दही तुला बोलता येत नाहीत?

आशुतोष : बाबांचाच मुलगा नव्हे का मी? वेगळेपण जोपासणारा? हॅ... हॅ... हॅ...

शुभा : तू नीघ इथून!

आशुतोष : मी निघतोच. पण तू तरी कशाला जास्त थांबतेस? एवढी सेवा करण्याच्या लायकीचा आहे का हा माणूस?

शुभा : (संतापानं ओरडून) आशूऽऽऽ

(आणि खाडकन् त्याच्या श्रीमुखात भडकावते.)

आशुतोष : ठीक आहे. 'खाटकाला शेळी धार्जीण' ही म्हण ऐकूनच ठाऊक

होती, तिचं प्रत्यंतर आलं!
(आशुतोष रागानं निघून जातो.)

शुभा : बघितलंत? काय मिळवलं तुम्ही? पोटचा पोरगा तुमच्याशी कसा वागला, ते?

चित्रे : मीही माझ्या वडिलांशी असाच वागलो, कदाचित तेही त्यांच्या वडिलांशी असेच वागले असतील.

शुभा : वा ऽ! काय पण घराण्याची परंपरा!

चित्रे : जाऊ द्या! बसा. मला एक सांगा, आमच्याशी लग्न केल्यावर तुम्हाला काय वाटलं?

शुभा : फार लवकर प्रश्न विचारलात! लग्नानंतर अठरा वर्षांनी एका तिरसट, हेकट, उर्मट, उद्धट, तऱ्हेवाईक, स्वार्थी, कातडीबचाऊ, तापट, इ.इ. माणसाशी लग्न झालं आहे, म्हणजे उघड्या डोळ्यांनी आगीत उडी मारली आहे, असं वाटतं!

चित्रे : अशी उडी का मारतलीत?

शुभा : एक आव्हान म्हणून! आणि हे आव्हान मी आजवर समर्थपणे पेललं आहे. हे मनोमन तुम्हालासुद्धा कबूल करावं लागेल!

चित्रे : पण तुम्ही सुखी झालात काय? माझ्याशी लग्न केल्याचा पश्चात्ताप नाही होत?

शुभा : मी माझ्या सुखावर केव्हाच तिलांजली सोडली! कर्तव्यपालन हेच माझं सुख. पण दुसऱ्यांना स्वार्थासाठी दुःखी करून तुम्हाला तरी सुख मिळालं आहे काय?

चित्रे : सुख... म्हणजे नेमकं काय?

शुभा : आमच्यासारख्या सामान्यांच्या सुखाच्या व्याख्या फार सोप्या आहेत. तुम्हाला सांगून काय उपयोग? तुमच्यासारख्या 'वेगळ्या' माणसांच्या सुखाच्या कल्पना निश्चितच वेगळ्या असतील!

चित्रे : तरी पण सांगा.

शुभा : मी तुमच्या आयुष्यात आले, ते विचारपूर्वक. मी वयानं मोठी होते, परिपक्व होते. एका अनुभवानं शहाणी झालेली होते. आपलं आणि जोडीदाराचं सर्वच बाबतींत पटेल, हे सर्वथा असंभव, हे मनाशी गृहीत धरून! तुम्ही आम्हाला स्वावलंबनाचे धडे दिले. माझी सुख-दुःखं, आशा-निराशा, जबाबदाऱ्या माझ्यापुरत्याच मर्यादित राहिल्या. त्यामुळं माझ्या भावविश्वात तुम्हाला जागाच उरली नाही. तुमचं

जग वेगळं, माझं जग वेगळं, आशुतोषही वेगळं जग निर्माण करीत आहे. त्यात मला थोडं तरी स्थान असेल; तुम्हाला अजिबात नाही! त्याचे सख्खे बाप असून!

चित्रे : मला त्याची पर्वा नाही! त्याचं जग वेगळं झाल्यानं माझं काहीही नुकसान होत नाही!

शुभा : (किंचित उपहासात्मक हसून) चुकताहात तुम्ही! प्रत्येक मूल त्याच्या आई-बापाला स्वतःच्या रूपानं दुसरं बालपण जगण्याची संधी देतं. ती ओळखण्याची दृष्टी आणि बालपण नव्यानं अनुभवण्याची वृत्ती मात्र असावी लागते. आपल्याला लहानपणी जे मिळालं नाही, ते आपल्या मुलाला देण्याची आपली धडपड हवी. तुमचं बालपण कष्टांचं होतं, दुःखाचंही असेल... आशुतोषमध्ये तुम्ही स्वतःला पाहिलं असतं, तर तुमचा वर्तमानकाळ आणि आशूचा भविष्यकाळ सुखाचा झाला असता. यासाठीच भूतकाळ जपायचा असतो. पण त्यासाठी धैर्य लागतं! (चित्रे खूप काळ गप्प.)

शुभा : का, गप्प का? पटतंय् ना? दुसऱ्याचं पटलं, तर कबूल करायलाही हिंमत लागते! पण तुम्ही पडले भित्रे... कॉवर्ड!

(चित्र्यांच्या चेहऱ्यावर अस्वस्थता)

शुभा : बरं, तुमची सुखाची व्याख्या काय?

चित्रे : सुख म्हणजे सोय. गैरसोयीची कोणतीही गोष्ट म्हणजे दुःख! आपण आपली सोय बघणं, म्हणजेच सुखी होणं, प्रेम, कर्तव्य वगैरे गोष्टी गैरसोयीच्या असतात. प्रेमात त्याग आला, कर्तव्यात कष्ट आले! आम्ही त्या दोन्ही बाद केल्या!

शुभा : चांगलं केलं! झोपा आता. मी निघते.

(शुभा चित्र्यांचं पांघरूण सारखं करून त्यांच्या कपाळावर थोपटून निघून जाते.)

प्रवेश सातवा

(चित्र्यांचे घर. चित्रे नुकतेच वारले आहेत. त्यांच्या तसबिरीला हार घातलेला दिसतो. शुभा घरात एकटीच आहे. उगीचच घरभर

फिरत, प्रत्येक वस्तू न्याहाळते. बॉनसायचं झाड दिसतं, तिथं थबकते.)

शुभा : (स्वगत) चित्रे गेले. आज आठ दिवस झाले. कसं वाटतंय् तुला? मला? मुक्त? मोकळं मोकळं? काही सांगता येत नाही. एक विचित्र रिकामपण मात्र जाणवतंय! चित्र्यांच्या आठवणी जपाव्यात, असे क्षण त्यांनी दिलेच नाहीत. त्यांनी आणलेल्या वस्तू कुरवाळाव्यात, तर तसं काही त्यांनी आणलंच नाही. हां, हे 'बॉनसाय' मात्र त्यांची स्मृती जागवतंय! त्या वेळी त्याच्या बोलण्याचा अर्थ लागला नाही. आता लागतोय्!... झाडांच्या सावलीत जेव्हा माणसं वाढतात, तेव्हा ती झाडापेक्षा उंच होतात, पण माणसांच्या छायेत जेव्हा झाडं राहतात, तेव्हा ती फक्त जगतात, वाढत नाहीत... या 'बॉनसाय' प्रमाणे! आशुतोषला जपलं पाहिजे! माझ्या भावी सुनेसाठी! हे बॉनसाय या घरात नको!

(असं म्हणून ती झाड उचलून खिडकीतून बाहेर फेकून देते. त्याच वेळी चित्र्यांचा फोटो भिंतीवरून खाली कोसळतो! शुभा शांतपणे एकेक काच गोळा करून बाहेर फेकते. मग कोचावर बसत रेडिओ ऑन करते. गाणं लागते. 'मी आज फूल झाले...')

उद्रेक

बाळ रणखांबे

(ऑफिस - सकाळी ऑफिस सुरू होण्याची वेळ. मस्टरवर सही करण्याची गडबड. काही ऑफिस स्टाफ आधीच आलेला. गप्पांत मग्न.)

शेख : काय, डोंबिवलीकर, आज इतक्या लवकर? तुम्हारी तो आज चल पडी, यार. तबियत तो ठीक हैना?

आपटे : थोडं काम होतं. रेल्वेची तिकिटं रिझर्व्ह करायची होती. आई-वडील गावी जाताहेत. म्हणून लवकर आलो.

शेख : पण साहेबाला आज चुकल्यासारखं वाटेल, नाही?

आपटे : का, बुवा?

शेख : अहो, आज तुम्ही लवकर आलात. आता साहेबाला, सेन्ट्रल रेल्वेच्या गाड्या लेट आहेत, हे कसं कळणार? नाही म्हणजे, रोज तुमची सलामी झडत असते, म्हणून...

आपटे : बरं... बरं... जसा काही रोज मीच लेट येतो. तुम्ही सगळे अगदी साडेदहाच्या ठोक्याला इथं असता, नाही का? च्यायला! ढुंगणाशेजारी भेंडीबाजार. डोंबिवलीला राहायला या, म्हणजे समजेल.

जाधव : (दारूच्या नशेत) कशाच्या शेजारी आहे भेंडीबाजार?

आपटे : ओ... आधी जाऊन सही करा.

जाधव : नाई... सही... करतो, हो. पण भेंडीबाजार कुठंय, म्हनलात?

शेख : तुम पहले मस्टर साईन करो ना, यार. आज तुम्हारी भी चल पडी है. साला, सुबह सुबह थोबडा बास मारताय!

आपटे : आंटीच्या अड्ड्यावरून तीर्थ घेऊन आलात, वाटतं?

जाधव : ते नंतर सांगतो. शेखसाब, पेन देना तो. अपना पेन तो आंटी के पास ही रह गया. (मोठ्याने हसतो.)

(सोनटक्के आणि काळे प्रवेश करतात. सोनटक्के धापा टाकत. अतिशय गबाळ्या वेषामध्ये दाढी वाढलेली, केस विस्कटलेले, ध्यान अगदी बावळटासारखं.)

काळे : या.

सोनटक्के : तुम्ही माझ्यासाठी थांबला होता?

काळे : होय.

सोनटक्के : थँक्स...

काळे : थँक्स कसलं त्यात? मी मुद्दामच थांबलो. लिफ्टच्या रांगेत उभं राहण्यासाठी तुम्हाला हाक मारली. मला वाटतं, तुम्ही ऐकली असेल.

सोनटक्के : हो, ऐकली होती.

काळे : तरीही पाच माळे चढून आलात.

सोनटक्के : रोजच येतो.

काळे : का?

सोनटक्के : मी लिफ्टनं कधीच येत नाही. लिफ्टमननं एकदा माझा अपमान केला, तेव्हापासून मी जिन्यानंच येतो. तीन वर्षं झाली त्या गोष्टीला. असली मगरूर माणसं मला आवडत नाहीत.

(सरळ टेबलाकडे जातो. हातातली पिशवी ठेवून मस्टर साईन करायला जातो.)

शेख : काय, काळे, नवीन दोस्त मिळाला, वाटतं?

काळे : (भानावर येत) अं... एक मिनिटं हं... मी आता आलो सही करून.

आपटे : तो एकदा याची खाट टाकेल, तेव्हा याला कळेल.

शेख : अपून को क्या करने का है; क्यों, जोशी? (जोशी गप्प) अब इसको क्या हो गया?

आपटे : त्यालाच विचार ना. च्यायला, मी काय अंतर्ज्ञानी आहे, की काय!

शेख : ठीक है. हम पूछ लेंगे. लेकिन बेट लगाता है, आज फिर पैसों का प्रॉब्लेम होगा उसका.

आपटे : चल बरं, आज काय थाप मारतो, ते बघू.

शेख : यार, जोशी, बात क्या है? एकदम उदास लग रहे हो? (जोशी गप्पच)

आपटे : ओ जोशीबुवा, बोला ना. का वहिनींनी मुगाचे लाडू खाऊ घातलेत?

जोशी : काही नाही, हो. असंच.

शेख : ना... ना... ना... ऐसेही नहीं. कुछ बात जरूर है.

जोशी : आज दिवस फार वाईट निघाला, यार.

आपटे : (शेखला खुणावत) का बुवा, असं काय झालं आज?

जोशी : सकाळीच सकाळीच पाकीट मारलं माझं.

आपटे : हो का? पाकीट मारलं. च.. च... च... कुणी, हो?

शेख : चल पडी, आपटे, तुम्हारी भी. अहो, कुणी मारलं माहीत असतं, तर जोश्यांनी सोडला असता काय त्याला? काय, जोशी?

जोशी : असा चेचला असता ना साल्याला.

आपटे : (चोरून हसत) खूप पैसे असतील नाही का, हो, पाकिटात?

जोशी : हो ना. सकाळीच काढलेत बँकेतून. उद्या पोरांच्या शाळेची फी भरायची होती. आता एक पैसा नाही अकाऊंटवर. उद्या फी कशी भरणार?

शेख : अरे... अरे... अरे... साला, ये बंबई का पाकीटमार बहोत बदमाश है. साले, सभी तुम्हारे ही पीछे पडे रहते हैं.

आपटे : हो ना; दळभद्री लेकाचे.

जोशी : तुम्हाला खोटं वाटतं. अहो, खरंच माझं पाकीट गेलंय! ठीक आहे; करा मस्करी. पण ज्याचं जळतं, त्यालाच कळतं. समजलात?

आपटे : हो ना. आणि त्यातही काहींचं नेहमीच जळत असतं! (शेख, आपटे हसतात)

जाधव : सोनटक्के, साहेबांनी कालची व्हाऊचर्स आणि रजिस्टर घेऊन बोलावलंय.

सोनटक्के : हे काय. तेच तर घेऊन येतोय.

जाधव : शेखसाहेब, जरा दोन रुपये उसने देता?

शेख : साला, यहाँ जोशी का पाकीट गय, और तुमको दो रुपया चाहिए. पेट्रोल कम पड गया क्या?

जाधव : नहीं, पेट्रोल ठीक है, नास्ता नहीं किया.

शेख : पेट्रोल के लिए पैसा है और नास्ते के लिए नहीं? जाओ, यार, भेजा मत खाओ.

जाधव : काय, साला, दोन रुपये नाहीत यांच्या खिशात आन् रुबाब तर बघा. (सोनटक्के येऊन फाईल घेऊन परत जाऊ लागतात.) सोनटक्केसाहेब, दोन रुपये देता उसने?

सोनटक्के : कशासाठी?

जाधव : सकाळपासून काही खाल्लं नाही. नास्ता करून आलो असतो.

सोनटक्के : दारूला तर नाही ना?

जाधव : नाही, साहेब, (सोनटक्के पैसे देऊन घाईत आत जातो)

आपटे : या सोनटक्केचं आणि जाधवचं काय गूळपीठ आहे, काही कळत नाही.

जाधव : ए हे, रे, फुकटखाऊ. तुला पैसे देणारा फक्त माणूस, बाकी सगळे शैतान है क्या? (जाधव मोठ्याने हसतो.)

जोशी : यार शेख, पगारापर्यंत चारशे रुपये उसने देता का? पोरांचा प्रॉब्लेम होईल नाही तर.

आपटे : हो... हो... शेख, तूच काही तरी करू शकतोस, यार. नाही का, हो, जोशी?

शेख : क्या बात करते हो, यार? पच्चीस तारीख को चार सौ रुपया अपने पास होता, तो ऐसे फडतूस ऑफिस में कायको झक मारता?

सेठना : (प्रवेश करत) गुड मॉर्निंग, एवरीबडी.

शेख : गुड मॉर्निंग, जोश्या, हा बघ बकरा आला! त्याला विचारून बघ.

जोशी : नाही, बाबा. लांबलचक लेक्चर ऐकावं लागेल.

आपटे : ऐकायचं मग, नाही तरी सवय आहेच की, (हसतात) पण पेसे तर मिळतील.

सेठना : (सही करून आपल्या जागेवर बसत) काय, साला, तुमा लोकांना काय कामधंदा हाय, का नाय? सकाळी सकाळीच कॉन्फरन्स भरवला, ते?

(सगळे हसतात, सोनटक्के जागेवर येऊन कामाला सुरुवात करतात)

सोनटक्के : जाधव, ही फाईल साहेबांना देता का अर्जंटली? (जाधव फाईल घेऊन जातो.)

शेख : जोश्या, जा ना. बोल सेठनाला.

जोशी : चिडेल, रे, तो.

आपटे : चिडला, तर चिडला. त्यात काय? जा.

सेठना : ये काय चाललाय् तुमची लोकांचा?

शेख : बात ये है, बाबाजी. ये जोशी का थोडा प्रॉब्लेम है.

सेठना : प्रॉब्लेम? तेचा बायडी पलून गेला, का काय? (मोठ्याने हसतो.)

आपटे : ए. सांग ना, जोश्या.

सेठना : अरे, बोल नी लवकर. फटाफट. लाजते कशाला?

जोशी : बाबाजी, मला... जरा... पगारापर्यंत... चारशे रुपये...

सेठना : लोन पायजे, सकाळी सकाळीच पनवती लावला साल्यानी. जोश्या, साला, लोक तिकडे मूनवर जाते, तरी तू तिथंच कसा, रे, अजून?

जोशी : म्हणजे?

सेठना : साला, तुमचा तो भीख मागायचा आदत सुटते नाय अजून? (सगळे हसतात)

जोशी : सेठना, मला खरंच पैशाची फार गरज आहे. माझं पाकीट मारलं गेलं गाडीत. म्हणून तुमच्याकडे मागतोय.

सेठना : काय, साला, थाप मारते? सारखा सारखा तुमाला थापा तरी कसे सुचते, रे. आं? ते सोनटक्क्याकडून काय तरी शीक. एक पैसा कुणाकडनं घेतला नाय त्यानं. टिल डेट. ते गबाळा दिसते, पण ताठ मानेनं जगते. नाय तर तू, साला! इस्त्रीचा झाकपाक कपडा घालते; सायबासारखा राहते, पण भीक मागायचा धंदा काय सोडते नाय.

शेख : ए बावा, जरा चांगलं बोलशील, का नाय? माणसाला प्रॉब्लेम काय आन तू बोलतो काय? उमर हो गयी लेकिन भेजा खाली. पैसा द्यायचा नसला, तर सरळ सांग. खालीपीली इज्जत कायको निकालताय?

सेठना : तू कशाला रागावते? आं. मी काय तुला बोलले नाय.

शेख : तू किसको भी बोला हो. लेकिन याद रखना, एव्हरी डॉग हॅज हिज डे.

सेठना : ये जोश्या, तुझीसाठी ते कशाला गरम होते? आँ?

सोनटक्के : (जवळ येत) सेठनासाहेब. तुमचं काय चाललंय्, ते मला माहीत नाही. माझ्या नावाचा आत्ता उल्लेख झाला, म्हणून माझं लक्ष गेलं. मला एवढंच म्हणायचं आहे, की कोणीही लोन घेतो, ते केवळ गरजेपोटी आणि गरज ब्रह्मदेवालाही पडते. तेव्हा दुसऱ्यांचे दाखल

देऊन एखाद्याचा मनोभंग करण्यापेक्षा नाही म्हणून सांगावं. आणखी एक, नेहमी नेहमी माझा उद्धार करणं तुम्ही सगळ्यांनी थांबवलंत, तर फार बरं होईल.

आपटे : उद्धार काय करताय्, रे? उखाण्यातून नाव घ्यायचं बरं का आजपासून. (हसतात)

सेठना : नाय घेनार तुझी नाव, बाबा. ठीक हाय. ए जोश्या, साला, तुला खरा तर कंदी पैसा द्यायला नाय पायजे. पण या टाईमला देते. सॅलरीला दे साला. नायतर मला तुझी मागं मागं हिंडावा लागेल.

जोशी : थँक्यू, बाबाजी.

सेठना : हां... हां... ठीक काय. मस्का मारायचा बंद कर आन् ते साला शेखला समजाव.

(जाधव सोनटक्केला साहेबानं बोलावल्याचं खुणावतो. सोनटक्के जातो.)

आपटे : तू कशाला गरम झालाय एवढा? त्यांचं त्यांनी बघून घेतलं असतं.

जोशी : हाँ. यार, माझ्यासाठी तुमचं उगीच भांडण झालं.

शेख : ए भांडण कसलं? थोडा आवाज चढवल्याशिवाय बावाजीचा खिसा उघडत नाही. माहीत नाही काय? पैसे मिळाले ना?

जोशी : हो. मिळाले.

शेख : तो अपना झगडा भी खतम. काय , बावाजी? चाय पिणार का?

सेठना : साला, तुझी चा पिऊन झन्नममंदी जायचा हाय का मला?

शेख : क्या बोला?

सेठना : काय नाय. काय नाय. बोल, चा बोल.

शेख : मैं क्यूं बोलूँ? आज हम सबको काळे चाय पिलायेंगे.

काळे : कशासाठी?

आपटे : बस का? आज नवीन मैत्री झाली. लेट अस सेलिब्रेट.

काळे : नो प्रॉब्लेम. सांगा चहा सर्वांना.

जोशी : जाधव, जा लवकर चहा सांगा सगळ्यांना.

सेठना : बघितला? फुकटचा म्हटल्यावर कसा घाई होते जोश्याला! (सगळे हसतात)

आपटे : आज फार खुशीत दिसताय, काळे?

काळे : खुशीत? कुणास ठाऊक! पण आश्चर्य नक्कीच वाटलंय.

शेख	:	अजी, अचरज तो हमें हुआ. तुम दोनों को साथ देखकर.
काळे	:	पण मला आश्चर्य वाटतंय्, ते या ब्रँचला येऊन मला तीन महिने झाले, तरी सोनटक्केकडे माझं लक्ष कसं गेलं नाही, याचं.
आपटे	:	अहो, तो चम्या एक नंबरचा माणूसघाणा. कसं लक्ष जाणार?
काळे	:	चम्या?
जोशी	:	चम्या हो... सोनटक्के.
सेठना	:	चम्या म्हणते काय तेला? साला, तेच्यासारखा सिन्सिअर आन् परफेक्ट हाय का कुणी?
काळे	:	खरंच. खरंच तो सिन्सिअर आहे.
सेठना	:	सिन्सिअर का म्हणते? ऑनेस्ट म्हण! त्येचा टेबल काय ना, ते टेबलवर जोश्यासारखा लोक असते, तर आतापर्यंत पेडर रोडला फ्लॅट घेटला असते, नाय तर जेलचा हवा खात बसले असते. पण इतक्या वर्षांत त्या सोनटक्क्याचा एक तरी कंप्लेट हाय का?
आपटे	:	हे बाकी खरं, की ते टेबल म्हणजे सोन्याची खाण आहे, खाण.
जोशी	:	पण त साला, एक नंबरचा बावळट. जन्मात सुधारणार नाही.
काळे	:	जोश्यांच्या मते सुधारणा म्हणजे भ्रष्टाचार केलाच पाहिजे, असं आहे, की काय?
जोशी	:	तसं नाही, हो. पण चार पैसे मिळत असतील, तर का सोडायचे?
शेख	:	और साहब भी, साला, उसके सिवा दूसरे किसीको उस टेबल पर पोस्ट नहीं करता. छोडों इन बातों को. अब बताओ. चम्या और तुम साथ कैसे?
काळे	:	ट्रेनमध्ये गाठ पडली. त्याचं काय झालं, ट्रेनमध्ये जाम गर्दी. बगळ्यासारखा तोल सावरत मी एका पायावर उभा. त्यात मला सर्दी झालेली. शिंक आली, की बाजूबाजूचे लोक एखाद्या किळसवाण्या प्राण्याला पाहिल्यासारखं पाहायचे. पण त्यांच्यातही एक कर्णाचा अवतार निघाला.
देशपांडे	:	(सोनटक्केंसह केबिनमधून बाहेर येत) अरे जाधव... कुठं गेला हा?
जोशी	:	खाली गेलाय, साहेब.
देशपांडे	:	सोनटक्के, जाधव आला, की ही फाईल त्याला इन्स्पेक्शनला घेऊन जायला सांगा. अँड मि. काळे, व्हाट अबाऊट यस्टर्डेज केस? केलंत सगळं सेटल?
काळे	:	नाही, साहेब, दोन दिवसांपासून डोकं खपवतो आहे; पण अजूनही मिस्टेक सापडत नाही.

देशपांडे : असं? ठीक आहे. ती फाईल जरा सोनटक्केंकडे द्या. त्यांच्याबरोबर मी डिस्कस केलं आहे. बघू, त्यांना तरी जमतं का, ते?

काळे : पण, साहेब, त्यांना या केसबद्दल काहीच माहीत नाही.

देशपांडे : गैरसमज आहे, काळे, तुमचा. सोनटक्केंना इथल्या प्रत्येक टेबलावरच्या प्रत्येक केसची माहिती असते. प्लीज, टेक हिज हेल्प.

काळे : ओ. के., सर! (फाईल काढून सोनटक्केंकडे देतात. काही समजावतात)

देशपांडे : (इतरांना) आणि तुम्हाला काही काम नाही, वाटतं?

शेख : है ना, साब. वो क्या है, वो भांडूप के स्कूल का रिपेअरिंग का प्रॉब्लेम डिस्कस कर रहे थे हम.

देशपांडे : मे आय हेल्प यू?

शेख : नहीं, नहीं. हो गया, साब.

देशपांडे : ओ. के. नाऊ गो टु युवर वर्क! (आत जातात.)

सेठना : थापा मारायला समदा लोग एक्सपर्ट झालाय. साहेबाला पन चुना लावते.

शेख : तुम तुम्हारा काम करो ना, यार, ऑफिस तुमको गोल्ड मेडल देगा. हां. तो, काळे, फाईल दिलीत ना चम्याला. आता सांगा, पुढं काय झालं?

काळे : हं... तर त्या कर्णानं चक्क मला बसायला जागा दिली. मला वाटलं, पुढच्या स्टेशनला तो उतरेल. पण चार स्टेशनं गेली, तरी तो उभाच. म्हणून मी हळूच पाहिलं, तर तो सोनटक्के. माझ्याकडे बघून हसत होता लेकाचा. हसणं कसलं ते? इतकं भेसूर हसणं मी जन्मात पाहिलेलं नाही. मला तर स्पिरिटच्या बाटलीवरच्या खोपडीची आठवण झाली. (सगळे हसतात.)

जोशी : अहाहा... काय उपमा दिलीय्. खोपडी. स्पिरिटच्या बाटलीवरची खोपडी.

आपटे : एकदम परफेक्ट! जसा दिसायला, तसाच बोलायला. काही विचारलं, की वसकन अंगावर येणार. कुणी भर्ती केलाय् साल्याला; कळत नाही.

काळे : खरी गंमत तर पुढंच आहे. आम्ही दोघंही आगेमागेच बिल्डिंगमध्ये शिरलो. पण मी लिफ्टला उभा राहिलो, तर हा सरळ जिन्याकडे. मलाच दया आली, म्हणून मी हाक मारली. पण हाकेला प्रतिसाद न देता बहाद्दर सरळ जिने चढून आला.

जोशी : तुम्हाला माहीत नाही. अहो, एकदा लिफ्टमननं भिकारी समजून त्याला बाहेर काढला. तेव्हापासून महाशय रोज पाच माळे चढून येतात.

सेठना : म्हणून तर सगळ्यांपेक्षा ते मला वेगळा वाटते.

काळे : याचा अर्थ, तो फार स्वाभिमानी आहे. खरंच, ग्रेट म्हणायला पाहिजे. नाही तर आम्ही. हजारदा अपमान झाला, तरी लोचटासारखे पुन्हा हसत उभेच.

सेठना : या जोश्यासारखा. कुणी काही म्हनला, तरी लोन घ्यायला हात पुढंच याचा. (सगळे हसतात.)

काळे : त्याला मुलंबाळं तरी आहेत नाही?

आपटे : ते फक्त ब्रह्मदेवालाच माहीत.

शेख : अजी, उसकी शादी भी हुई हैं या नहीं, ये भी किसीको मालूम नहीं.

जोशी : त्याला, रे, कोण पोरगी देणार?

सेठना : ए साला, तुमी लोक फाफा मारायला येते का? वर्क करा, वर्क. ए आपटे. जरा ते लेजर इकडे दे नी.

आपटे : ते काम जाधवचं आहे; माझं नाही.

सेठना : ती बेवडाचं नाव नको काढू माझी समोर. ए जोश्या. ते लेजर तेवढा घे, रे.

जोशी : या सेठनाला उठण्याचा भारी कंटाळा...

सेठना : साला, मी तुला लोन दिला नी आताच? मग तू माझा येवढा पन काम करते नाय?

जोशी : च्यायला, हा बाबा आता महिनाभर छळत राहणारच मला. (लेजर देतो.)

सेठना : गुड बॉय. असा काम करावा. हेल्थ चांगला राहते.

जोशी : सेठना...

सेठना : काय, बेटा?

जोशी : हालचाल केली नाही, की चरबी वाढते.

सेठना : गेट लॉस्ट. एवढासा काम केला, ते पण ऑफिसचा, तर लेक्चर सुनावते.

(जाधव चहावाल्याबरोबर येतो.)

जोशी : काय, जाधव, आसामला गेला होता काय चहा आणायला?

जाधव : असं का, जोशी साहेब, चहा सांगणं आपलं काम न्हाय. ऑफिस त्यासाठी मला पगार देत नाय. इतकाच उशीर होतो, तर सवता खाली उतरून का नाय पिऊन येत?

काळे : जाऊ दे रे जाधव! घे, चहा घे.

जाधव : आपला चहा आंटीकडे सकाळीच झाला. बावाजीला देतो. आणा इकडं. बावा, चहा घे.

सेठना : तूच घेना. माझं मी घेईन.

जाधव : त्यात का दारू वतली, का काय, मी?

सेठना : तुझा काय भरवसा? काय बी पाजशील. तू लांब हो. माझी जवळ उभा राहू नको.

जाधव : ग्यानी से मिले ग्यानी, तो करे ग्यान की बात, गधे से मिले ग्यानी, तो खाये दो दो लात (सगळे हसतात)

सेठना : साला, घेलचोद्या. तू मला गधा बोलते. तू गधा. तुझी बाप गधा.

काळे : (हसतच) सेठनासाहेब. चहा घ्या.

सेठना : काय च्या घ्या? साला बेवडा मला गधा बोलते.

जाधव : नाय बावाजी, तुला नाय. मी मलाच गधा म्हनलो.

सेठना : असा काय! मग ठीक हाय. तू साला गधाच हाय! (जाधव मोठ्याने हसतो.)

सोनटक्के : काळेसाहेब, जरा एक मिनिट. ही फाईल घ्या. तुमची केस सॉल्व्ह झाली!

काळे : (आश्चर्यानं) काय? इतक्यात झाली?

सोनटक्के : होय, झाली. पाहून घ्या.

काळे : (फाईल पाहत) ओ माय गॉड, अहो, दोन दिवस साहेब आणि मी डोकं फोडतो आहोत आणि तुम्ही... थँक्यू, सोनटक्के, थँक्यू.

सोनटक्के : डोंट मेन्शन इट. जाधवसाइबांनी ही फाईल, इन्स्पेक्शन डिपार्टमेंटला द्यायला सांगितलं आहे. (जाधव फाईल घेऊन जातो. काळे एक चहा सोनटक्केंना देतात.)

काळे : सोनटक्केसाहेब, चहा घ्या.

सोनटक्के : कशाबद्दल?

काळे : सहजच. काही विशेष नाही.

(सोनटक्के थोडा विचार करून खिशातून एक रुपया काढून टेबलावर ठेवतो.)

काळे : हे काय? हा रुपया कसला?

सोनटक्के : चहाचा.

काळे : अहो, मी दिलाय चहा सगळ्यांना. पैसे काय देता!

सोनटक्के : सॉरी, काळेसाहेब. तुम्ही आणलात, म्हणून मी घेतला. तुम्हाला वाईट वाटू नये, म्हणून. पण त्याचे पैसे तुम्हाला घ्यायलाच हवेत. काळेसाहेब, तत्त्व नाही; पण काही गोष्टी मी कटाक्षानं पाळतो. त्यात अशा प्रकारे पैसा खर्च करणं मला आवडत नाही. परवडत नाही. प्लीज. गैरसमज करून घेऊ नका.

काळे : (नाइलाजानं पैसे घेत) नेव्हर माईंड. चहा घ्या.

जोशी : केली.. केली.. बिनपाण्यानं केली.

आपटे : खाजवून खरूज उठवतो आहे. दुसरं काय! (सगळे हसतात.)

काळे : सोनटक्के, हरकत नसेल, तर एक प्रश्न विचारू?

सोनटक्के : विचारा; पण लवकर. फार कामं पेंडिंग पडली आहेत.

काळे : (सहज) घरी कोण कोण असतं तुमच्या?

सोनटक्के : (गंभीर, काळेंकडे रोखून पाहत) मिस्टर काळे, मला वाटतं, या प्रश्नाचा आणि ऑफिसच्या कामाचा काही संबंध नाही. मला वाटलं, तुम्ही ऑफिसकामाबद्दल काही विचारातल. पण... सॉरी, माझं बरंच काम राहिलंय. अकाऊंट टॅली व्हायचंय. चहाबद्दल थँक्स.

(काळे अवाक होऊन पाहत राहतात)

(अंधार)

प्रवेश दुसरा

(ऑफिस- सर्व कामात गर्क आहेत. देशपांडे आणि जाधव हातात फाईल्स घेऊन प्रवेश करतात.)

देशपांडे : सोनटक्के अजून आलेले नाहीत?

जोशी : नाही, साहेब. बहुतेक ते आजही येणार नसावेत.

देशपांडे : त्यांचा पत्ता कोणाला माहीत आहे?

आपटे : नाही, साहेब.

देशपांडे : काय वैताग आहे! ठीक आहे. ॲडमिनिस्ट्रेशनला फोन करून पत्ता मागवा.

आपटे : ठीक आहे.

देशपांडे : जाधव, त्या फाईल्स माझ्या टेबलावर ठेव. आणि हे बघ, बाहेर कुठं जाऊ नकोस. परत इन्स्पेक्शनला जावं लागेल. (आत जातात.)

शेख : : काय लफडं आहे, आपटे?

आपटे : काय माहीत. इन्स्पेक्शननं काहीतरी क्वेरी काढलीय्, एवढंच माहीतंय.

(फोन करतात, त्याच वेळी सेठना फाईल्स घेऊन प्रवेश करतो.)

जोशी : अरे, तुम्ही ऑफिसला आलात? मग होता कुठं सकाळपासून? मला तर वाटलं, तुमची आज पण दांडी आहे.

सेठना : रोज रोज कसल्या दांड्या मारते? आं? एन.सी. च्या भानगडीसाठी वरती बोलावला होता. सकालपासनं तिथंच माथापच्ची करत होता.

काळे : मिटली का मग?

सेठना : मिटला. टेंपररीली. इथला भानगड काय कायमचा मिटत असते काय? तसा असता, तर आपटेला कुणी ठेवला असता कामावर? (हसतो)

काळे : सेठना, इन्स्पेक्शननं कसली क्वेरी काढलीय, काही माहीत आहे का?

सेठना : ते मिटला नाय का अजून? सकाळी इन्स्पेक्शनवाला आला होता. काय तरी लफडा झाला हाय, हे नक्की.

शेख : लेकिन, बाबा. तुम कल ऑफिस क्यों नहीं आया?

सेठना : काल, साला, तबियत ठीक नव्हता माझा.

शेख : परवाचा हँगओव्हर, वाटतं?

सेठना : हँगओव्हर तुम्हाला आसंल. साला, सगळा बेवडा लोक. तुम्हाला पण त्या जोश्याचा सवय लागलाय. फुकटचा काय दिसला, का लगीच तुटून पडायचा. (सगळे हसतात.)

जोशी : च्यायला, माझं नाव घेतल्याशिवाय या बावाला चैनच पडत नाही.

आपटे : बावाजी, तुम्ही घेतली नाहीत. पण पार्टीला मजा आला, का नाही?

सेठना : हा... हा... मजा अपुन केला; पण काळे हजारबाराशेला डुबला, त्याचा काय?

काळे : पार्टी आपण आनंदासाठी करतो, सेठना. अशा वेळी पैशाचा हिशेब करायचा नसतो.

शेख : एकदम सच बोला. क्या रंग जमा था! आपुन तो सारी दुनिया को भूल गया था.

काळे : खरी मजा आली जोश्यांच्या कवितांनी. मूड पण काय लागला होता जोशीबुवांचा!

सेठना : जोश्या मूडमंधी आला आन् सगळ्या पार्टीचा विचका झाला!

जोशी : विचका केला? कुणी? मी?

सेठना : नाय तर काय मी? साला, काय पोयट्री सुनवला. एकदम भंकस.

जोशी : कविता कशाशी खातात, ते तरी कळतं का? भंकस वाटत होत्या, तर थांबला कशाला? जायचं होतं निघून.

(साहेबाच्या केबिनमधून जाधव प्रवेश करतो.)

जाधव : बावाजी, साहेबानं हे घेऊन बोलावलंय. (चिठ्ठी देतो.)

सेठना : हे तर त्या सोनटक्केचा काम हाय. मला कशाला बोलावते?

जाधव : मला माहीत नाही. साहेबांचा निरोप मी दिला. आज सोनटक्के आलेले नाहीत.

सेठना : ते मला दिसतो, रे. ए ज़ोश्या. इकडे ये जरा एक मिनीट. वाय्.सी. च्या रिसीटचा बंडल बघनी जरा. रिसीट नंबर हाय... साला काय लिवते, ते पण कळत नाय. हां, सीरियल नंबर हाय २१०६ आन् २१०९.

जोशी : हे घ्या. वरच सापडलं.

सेठना : बरा झाला. ए जाधव, जा हे घेऊनशानी आत.

जाधव : घेऊन तुम्हाला बोलावलंय.

सेठना : काय, साला, कटकट हाय. आताच वरून आला, तर आता हेनी बोलवला. (बडबडत आत जातो.)

काळे : यार शेख, हा सोनटक्के आजही आला नाही. काय प्रॉब्लेम झाला, समजत नाही.

शेख : छोडो ना, यार, क्या फर्क पडता है?

काळे : नाही, काही फरक पडत नाही. पण कधीही रजा न घेणारा माणूस असा अचानक न सांगता रजेवर राहिला, तर विचित्र वाटतं, नाही?

जोशी : तो आला काय आणि गेला काय; आपल्याला त्याचं काय सोयरसुतक!

शेख : वैसे तुमने उसको पार्टी में तो बुलाया था ना?

आपटे : त्यांनी बोलावलं असेल, रे; पण तो खत्रूड कसला यायला!

काळे : याच भीतीनं तर मी नाही बोलावलं. पण आता वाटतं, बोलावलं असतं, तर फार बरं झालं असतं.

शेख : बुलाना था. अब तो वो अच्छा दोस्त बन गया है ना तुम्हारा.

काळे : तो मला दोस्त समजतो की नाही, मला माहीत नाही; पण मी मात्र त्याच्यात खरंच गुंतत चाललोय्. आता हे खरं, की गेले दोन महिने मी स्वतः होऊन त्याच्याशी परिचय वाढवतो आहे. तो सगळ्यांशी फटकून वागतो; पण माझ्याजवळ थोडा तरी मोकळा होतो. छे, त्याला इन्व्हाइट करायलाच पाहिजे होतं.

जोशी : पण तो आलाच नसता ना.

काळे : येणं, ही त्याची मर्जी; पण बोलावणं माझं कर्तव्य होतं. सगळ्यांना आमंत्रण देताना मी सोनटक्केच्या टेबलाजवळ थबकलो होतो; पण त्याचं लक्ष नाही, असं पाहून हळूच पुढं सटकलो. ही गोष्ट मला विसरताच येत नाही. तुम्हाला माहीत आहे? आमची ओळख झाली, त्याच वेळी त्यानं मला खडसावलं होतं.

शेख : तुमने चाय ऑफर किया था तभी ना!

काळे : होय.

आपटे : च्यायला, त्या वेळी तुमची त्यानं काय खाट टाकली होती!

काळे : पण त्याच्या आधी त्यानं माझी अत्यंत अवघड केस चुटकीसरशी सॉल्व्ह केली होती. त्याचा माझ्या टेबलाशी काहीही संबंध नसताना. आणि म्हणूनच तुम्ही त्याला विचित्र समजत असतानाही त्याच्यातली जबरदस्त बुद्धिमत्ता मला नेहमी आकर्षित करते. तुम्हाला खरं वाटणार नाही; पण त्याच्या वागण्यात मी माझ्याच अंतरंगाचा शोध घेत असतो. त्याची तथाकथित जगावेगळी मतं, तत्त्व जाणून घ्यायची इच्छा मला दाबताच येत नाही. केव्हा केव्हा तर वाटतं, त्याच्या मनात जबरदस्त लाव्हा खदखदतो आहे. त्याचा स्फोट झाला ना, तर काय होईल, याची कल्पनाच करवत नाही. म्हणून मला त्याच्या खूप जवळ जावंसं वाटतं. आणि त्याचसाठी त्याची इच्छा नसतानाही मी त्याचा पाठपुरावा करत असतो.

आपटे : मग... लागलं, का नाही काही हाती?

काळे : नाही, अजूनही त्याच्या मनाचा थांग मला लागलाच नाही. तसा तो खूप चांगला वागतो माझ्याशी. कधी कधी आपण होऊन बोलतो.

अशा वेळी वाटतं, याला कोणाशी तरी खूप खूप बोलायचं आहे. असाच बोलत राहिला, तर कधीच थांबणार नाही.

शेख : अरेच्चा, तो इतका बोलतो आहे हे पहिल्यांदाच ऐकतोय मी.

काळे : हं...हं...हं... पण कधी कधी नेमकी याउलट परिस्थिती असते. त्याच्या तोंडातून बळजबरीनं शब्द ओढून काढावे लागतात. फार वेगळंच रसायन आहे हे. कारण आजपर्यंत त्यानं स्वतःबद्दल कधी ब्र ही काढला नाही. मीच एक दोनदा विचारलं, तर स्पष्ट शब्दांत मलाच समज दिली त्यानं. आता मला सांगा, याला तुम्ही विचित्र म्हणाल, की आणखी काही?

शेख : छोडो यार, इन बातों को. इतकी चांगली पार्टी दिलीत आणि लहान गोष्टीवरून नाराज काय होता?

जोशी : काळेसाहेब, पार्टी तुमच्या मुलाच्या वाढदिवसाची होती. बरोबर? आता कोणाकोणाला बोलवायचं हा अधिकार तुमचा.

काळे : तसं नाही हो; पण तो समोर आला, तर तोंड दाखवायला माझ्यात हिंमत नाही.

आपटे : काही होत नाही. चोरी केलीत, की काय त्याची? सगळे आपले मनाचे खेळ.

सेठना : (आतमध्येच जोरजोराने भांडत आहे.) हां. हां. तेच सांगते मी. तो सोनटक्के येईल, त्याला विचारा. त्यानं केलेल्या कामाचा एक्स्प्लनेशन मी कशाला देऊ आं. नाय देणार एक्स्प्लनेशन. जा, माजा रिपोर्ट करा. काय करायचा आसंल, ते करा. (बडबडत बाहेर येत) काय, समजतो काय सोताला? असशील सायेब. पच्चीस साल मी पण घास नाही कापला. काय करणार हाय माझा?

काळे : सेठना, एवढं रागवायला काय झालं?

सेठना : साला, ते सोनटक्केनं वाय.सी. च्या रिसीटमधी काय तरी घोटाळा केलाय, आसं या घेलचोद्याला वाटतं. वाटतं, तर तेला एक्स्प्लनेशन माग. मला कशाला मागते? माझा काय संबंध?

काळे : कसला घोटाळा केलाय् सोनटक्केनं?

सेठना : ते त्याला आणि त्या सोनटक्केला माहीत.

जोशी : तरीही... तुम्हाला काय वाटतं?

सेठना : ते आत जाऊन विचार ना. माझं डोकं नको खाऊस.

काळे : हा तर भलताच प्रॉब्लेम उपटलाय्.

शेख : भलता कसला? मुझे तो पयलेसे ही डाउट था.

काळे : कसला आउट?

शेख : हाच. हा सोनटक्क्या कधी तरी लफडा करणार, म्हणून!

आपटे : तरीच दोन दिवसांपासून गुल झालाय्. खाली मुंडी न् पाताळ धुंडी.

काळे : (रागानं) काही झालेलं नसेल. तुम्ही उगीच पराचा कावळा करता आहात.

जोशी : काळे साहेब. दिसतं तसं नसतं हा, म्हणूनच जग फसतं (काळे हताश.)

शेख : मी तर बेट लावतो; आता सोनटक्के पर ऑफिसला येत नाही.

आपटे : नाहीच येणार. त्यात बेट कशाला लावायला पाहिजे? साला, लखपती तर नक्कीच झाला असेल.

जोशी : (स्वतःशीच) नाही तर तुम्ही, जोशीबुवा. उसन्या पैशांसाठी नेहमी दुसऱ्यांसमोर हात पसरलेला.

(इतक्यात दरवाज्यामध्ये अप्पा सोनटक्के. अपटुडेट! सूटबूट.. चकाचक दाढी केलेली. केस व्यवस्थित विंचरलेले. डोळ्यांवर गॉगल. हातात मिठाईचा बॉक्स.)

सोनटक्के : गुड आफ्टरनून, एवरीबडी! (सगळे बुचकळ्यात. कोणीही ओळखत नाही) हॅलो मिस्टर काळे, हाऊ डु यू डू?

काळे : कोण? सोनटक्के? तुम्ही?

सोनटक्के : मग काय म्हणतेय् ऑफिस?

काळे : ठीक आहे ना. ठीकच म्हणायचे.

सोनटक्के : आणि आमचे सगळे सहकारी काय म्हणताहेत?

शेख : हम क्या बोलेंगे?

जोशी : काहीच नाही! काय हो, आपटे?

आपटे : आं, मी... मी कुठं काय म्हणालो होतो, जोशी?

सेठना : रागवेल, नाय तर का तुझा पूजा करेल? साला, लफडा तू करते आन् आमच्या टकलाचा केस जाते.

सोनटक्के : लफडं?

सेठना : हां...हां... लफडा. तू केला. ते वाय्.सी.च्या रिसीटीमंदी.

सोनटक्के : ऑफिस काम... (हसतो) ठीक आहे. नंतर बघू.

सेठना : नंतर नाय. आत्ता जा केबिनमधी. तो देशपांड्या जाम बिघडलाय्.

सोनटक्के : ठीक आहे. आत्ता जातो. मग तर झालं? सॉरी, फ्रेंडस. मी आत्ता

आलो.

(निघून जातो. चहावाला येऊन सर्वांना चहा देत आहे.)

जोशी : हा नक्की सोनटक्के चम्याच आहे ना?
आपटे : च्यायला! एवढा चेंज?
शेख : यार, ये चम्या तो सबका बाप निकला!
काळे : काय, रे, तुला ऑर्डर कोणी दिली?
चहावाला : सोनटक्के साहेबांनी.
आपटे : घ्या, काळे. मी म्हटलं नाही, हा लखपती झाला असेल, म्हणून!
जोशी : नाही तर काय. यानं कधी जन्मात कुणाला चहा पाजलाय् कधी? आणि त्याचा रुबाब तर बघा!
सेठना : ते गेलाय् आत, म्हणून तुम्ही भुंकणारच. समोर आल्यावर शेपटी आत घालते, साला.
काळे : चहा देण्यामागे काय दडलंय्, देवालाच माहीत.
जोशी : समोर आला ना, मग विचार कसला करता? घ्या पिऊन!
सेठना : हां... हां... पिऊन घ्या. फुकटचा तर हाय. काय, जोश्या? (सगळे हसतात)
जोशी : हा पारशी माझ्याच मुळावर का उठलाय्, तेच समजत नाही.
शेख : (कानोसा घेत) चूप बैठो ना, यार, इतना सीरियस प्रॉब्लेम हो गया है और तुमको मजाक सूझता है, अंदर क्या चला है, सुनने भी दो.
काळे : हाच जगाचा नियम आहे. शेख. जात्यातल्याला सुपातले हसणारच.
शेख : जाधव, जरा बघ, रे, काय चाललंय् आत, ते! (जाधव जातो)
शेख : चम्या आज पूरा फसनेवाला है. बिचारा.
जोशी : बरं होईल. ऑफिसची ब्याद तरी जाईल.
सेठना : चांगला बोल, रे जोश्या, चांगला बोल. पैसा उसना मांगताना बोलते, तसा बोल.
जाधव : आत तर हसणं खिदळणं चाललंय्. सायेब पन जाम खुशीत दिसतोय्.
शेख : इसका मतलब उसको भी पटाया है चम्याने!
जोशी : म्हणजे देशपांड्यांची पण चांदी. त्याचीच तर साथ नसेल ना त्याला?
सोनटक्के : (बाहेर येत) वेट अ मिनिट प्लीज, फ्रेंडस्. चहा घेण्याआधी थोडं

थांबा. जाधव. एक चहा नेऊन देता का आत साहेबांना? (चहा घेऊन जाधव जातो)

काळे : सोनटक्के. रिसीट्सचा प्रॉब्लेम सॉल्व्ह झाला? कसली भानगड करून ठेवलीत?

सोनटक्के : भानगड वगैरे काही नाही. अर्ध्या मिनिटाचं काम होतं. साहेबांशी बोललोय मी. घ्या, मिठाई घ्या. तोंड गोड करा.

काळे : (मिठाई घेत) पण कशाबद्दल, ते नाही सांगितलं?

सोनटक्के : तुमच्या मुलाच्या वाढदिवसाबद्दल. कसा काय झाला समारंभ?

काळे : (ओशाळत) समारंभ ना, छानच झाला. खूप छान झाला. नाही का, शेख?

सोनटक्के : हं... होणारच. मला खात्री होती.

काळे : माफ करा, मी तुम्हांला...

सोनटक्के : नाही, बोलावलं नाहीत, तेच छान केलंत. आमंत्रण देताना माझ्या टेबलापाशी तुम्ही घुटमळलात, ते मी पाहिलं होतं. चांगल्या समारंभात ही ब्याद कशाला, म्हणून तुम्ही पुढं सटकलात. पण, खरं तर, मी आलोच नसतो. मी कोणत्याही समारंभाला हजर राहत नाही... रादर राहत नव्हतो, असं म्हणा, हवं तर. पण आता कोणताही समारंभ चुकणार नाही माझ्याकडून. (मोठ्यानं हसतो) जोशीसाहेब, मिठाई घ्या.

जोशी : थँक्स.

सोनटक्के : सेठनासाहेब. तुम्ही दोन पीस घ्या. राग शांत होईल.

सेठना : आधी रिसीट्सचा काय झाला, ते सांग.

सोनटक्के : काहीही झालेलं नाही. आणि काही केलंच, तर तुम्हांला त्यात अडकवणार नाही, हे नक्की. (पुन्हा मोठ्यानं हसतो) घ्या. (सेठनाही हसतो.)

देशपांडे : मिस्टर काळे...

काळे : येस, सर.

देशपांडे : आजपासून सोनटक्केंचं काम तुम्ही पाहा महिनाभर.

काळे : पण, सर, सोनटक्के...

देशपांडे : ते महिनाभर महाबळेश्वरला चाललेत.

काळे : एनी प्रॉब्लेम, सोनटक्के?

सोनटक्के : नथिंग, हवापालट. दुसरं काय?

काळे : पण, सर, सध्या तर फार...

देशपांडे : आय् नो. सध्या कामाची फार गडबड आहे. पण यांची केस पार वेगळी आहे. आजपर्यंत यांनी रजाच घेतलेली नाही. तेव्हा यांची रजा कधीही मंजूर करणं मला भाग आहे.

काळे : नो प्रॉब्लेम, सर. आय् विल मॅनेज. सोनटक्केंचं काम करताना मला आनंदच होईल.

देशपांडे : गुड. थोड्या वेळानं यांच्याबरोबर हेड ऑफिसला जाऊन या जरा.

काळे : येस. थँक्यू, सर. (देशपांडे जातात. काळे आपली बॅग घ्यायला जातात.) सोनटक्के, तुम्हाला आज या मूडमध्ये पाहून मला खरंच फार बरं वाटतंय.

सोनटक्के : खरंच.

काळे : अगदी खरं. आता आपण हेड ऑफिसला जातो आहोत. तिथं साधारणपणे किती वेळ लागेल?

सोनटक्के : का? हो? दुसरं काही काम आहे का?

काळे : दुसरं काही नाही. परत येऊन तुमचं काम पाहिलं असतं.

सोनटक्के : आज तुम्ही माझ्याबरोबर पिक्चरला येणार आहात. आत्ता आणि त्यानंतर माझ्या घरी. चला लवकर. आवरा बॅग.

काळे : पिक्चरला? आणि मग हेड ऑफिस?

सोनटक्के : चला, हो, तुम्ही. नेहमी काम काम. लाईफ एंजॉय करायला शिका, काळे.

काळे : पण साहेबांनी तर...

सोनटक्के : साहेबाला घाला गोळी आणि हेड ऑफिस गेलं उडत... तुम्ही चला.

(सोनटक्के हसत असतानाच सर्व अवाक.)

(अंधार)

प्रवेश तिसरा

(सोनटक्केंचं घर काळे, सोनटक्के प्रवेश करतात. सोनटक्के अतिशय आनंदात, उत्साहात आहेत.)

सोनटक्के : या, असे या, काळेसाहेब. बसा. बोला आता, काय घेणार? चहा...कॉफी, की थंड?

काळे : नाही, नाही. आता काही नको. जेवण इतकं झालंय, की आता थोडीसुद्धा जागा नाही पोटामध्ये.

सोनटक्के : खरंच सांगता?

काळे : मग काय खोटं? नको, आता खरंच काहीही नको.

सोनटक्के : ठीक आहे. ॲज यू विश. पण आज दिवसभर माझ्याबरोबर राहून तुम्ही बोअर तर झाला नाही ना?

काळे : मुळीच नाही. खरं तर आजचा दिवस फार मजेत गेला माझा.

सोनटक्के : माझाही. खूप खरं वाटलं. आजच्या इतकं कधीच हिंडलो फिरलो नव्हतो मी. रुचकर जेवण काय असतं, ते बऱ्याच वर्षांनी आज मला समजलं. वा! आणि पिक्चर तर काय धमाल होता, नाही?

काळे : माफ करा. पण पिक्चर एकदम रद्दी होतं.

सोनटक्के : तुम्हाला नाही आवडलं?

काळे : मुळीच नाही. मी तर मध्येच उठून येणार होतो; पण तुमच्यामुळं बसावं लागलं.

सोनटक्के : काय अरसिक आहात, हो, तुम्ही. (हसतो) किती चांगली गाणी म्हणत होते ते, काय नाचत होते. खईके पान बनारसवाला (म्हणतो नाचतो) आणि फायटिंग काय. दे दणादण. ढिश्यांव... ढिश्यांव... (हातवारे करतो.) ग्रेट. काय नाव आहे हो त्या नटाचं?

काळे : अमिताभ बच्चन.

सोनटक्के : हां... बरोबर... अमिताभ बच्चन. फार ग्रेट माणूस. दहा दहा गुंडांना एकटा लोळवतो. वा... मजा आली. काळे, खरंच त्याच्यात एवढी ताकत आहे का, हो?

काळे : सोनटक्के... ते पिक्चर आहे... सगळं खोटं असतं त्यातलं.

सोनटक्के : (नाराज होत) खोटं असतं... असेलही... त्याचं काय आहे, काळे. मला त्यातलं काही कळत नाही. गेल्या अठरा वर्षांमध्ये पहिल्यांदाच पाहिला ना.

काळे : अठरा वर्षांत पहिल्यांदाच...? (आश्चर्य)

सोनटक्के : हो ना. कधी लक्षातच आलं नाही, की जगात असंही काही आहे, म्हणून.

काळे : (चकित) असं... म्हणून तुम्ही भर थिएटरमध्ये शिट्ट्या वाजवत होतात एखाद्या मवाल्यासारख्या?

सोनटक्के : मी शिट्ट्या वाजवल्या?

काळे : नाही तर काय? कित्येक वेळा तुमचा हात धरून ठेवावा लागला

मला.

सोनटक्के : (मोठ्याने हसत) हो... हो... सॉरी... सॉरी. आनंदाच्या भरात तसं घडलं असेल. सॉरी. (नाराज)

काळे : नाही. नाही. सॉरी कशाला त्यासाठी? होतं असं. मी पण वाजवतो ना शिट्ट्या कधी कधी.

सोनटक्के : खरंच. तुम्हाला येते शिट्टी वाजवता? वाजवा बरं आता.

काळे : आत्ता? नको. आत्ता नको.

सोनटक्के : हात्तिच्या, त्यात काय आहे एवढं... ही बघा, मी वाजवतो. (मोठ्याने शिट्टी)

काळे : पुरे... पुरे. सगळे शेजारी गोळा होतील. (हसत असतानाच घर पाहतात) घर बाकी छान सजवलंय्. वहिनी फार हौशी दिसतात.

सोनटक्के : (क्षणभर विझल्यासारखे... काळे न्याहळत आहेत... पुन्हा सावरत) आवडलं तुम्हाला? कालच सगळं फर्निचर घेऊन आलो. पन्नास हजारांचं.

काळे : काल?

सोनटक्के : हो. कालच. म्हणूनच तर नाही आलो ऑफिसला.

काळे : अप्पा...

सोनटक्के : दॅटस् फाईन... मार्व्हलस... अप्पा... अप्पाच म्हणा मला. खूप बरं वाटलं.

काळे : अप्पा... वाय.सी.च्या रिसीट्सची काय भानगड आहे?

सोनटक्के : भानगड कसली आलीय्...

काळे : मग हे फर्निचर, हा तुमच्यांतला बदल. महिनाभर महाबळेश्वर. हे सगळं...

सोनटक्के : अच्छा... अच्छा... म्हणजे तुम्हाला असा संशय आहे तर.

काळे : संशय नाही. पण...

सोनटक्के : काळेसाहेब, तुमचा स्वभाव मला आवडला. खूप आवडला. म्हणून तर मी तुमच्या जवळ नेहमी मन मोकळं करतो. आजपर्यंत माझ्याबद्दल एवढी आस्था कुणी दाखवली नाही, हो. आणि आज तुम्हालाच माझा संशय आला.

काळे : नाही अप्पा, संशय नाही. तुझ्याबद्दल मला विश्वास आहे. तू काहीही केलेलं नसणार. तरीही फक्त जाणून घ्यायचंय मला.

सोनटक्के : फॅक्ट जाणून घ्यायचीय्... हां...ठीक आहे. पहिली गोष्ट रिसीट्समध्ये कोणत्याही प्रकारची गडबड नाही. मी दोन दिवस नसल्यामुळं

रिसीट्सचं पोस्टिंगच झालेलं नव्हतं. आणि आपल्या इथं कोणालाही त्यातलं काही कळत नाही. आपल्या साहेबालासुद्धा. म्हणून इन्स्पेक्शनवाल्यांचा थोडा गैरसमज झाला. पण मी सगळ्या गोष्टींची साहेबाला जाणीव करून दिल्यावर त्यांचं समाधान झालं. आता दुसरी गोष्ट फर्निचरची. माझी काही शिल्लक... बायकोचे दागिने विकून आलेली रक्कम... त्याच्या रिसीट्स आहेत माझ्याकडे... हव्या, तर आता दाखवतो. एकूण ऐंशी हजार. आताही तुम्ही म्हणाल, का...

काळे : काहीही म्हणणार नाही. समाधान झालं माझं. माझ्या मनावरचं ओझं उतरलं. माझा विश्वास अनाठायी नव्हताच. पण ऑफिसमधले सगळे म्हणत होते, की...

सोनटक्के : ते काय म्हणतात, याची मला पर्वा नाही. या लोकांनी माझ्याकडे नेहमीच तुच्छतेनं पाहिलंय्. अपमान केलाय् कित्येक वेळा माझा आणि अपमानाच्या जखमा कधीच भरत नसतात, काळे.

काळे : फरगेट इट्. ऑफिसचा विषय बंद. बस्स. घरातली सगळी मंडळी कुठं बाहेर गेलीत का?

सोनटक्के : मंडळी? कोणाची मंडळी?

काळे : तुझी मंडळी! म्हणजे वहिनी, मुलं. आपण आलो, तेव्हा घराला लॉक होतं.

सोनटक्के : (थोडा वेळ शांत. मग एकदम आठवल्यासारखं) हां, आता आठवलं. मघापासून मी विचार करत आहे, की तुम्हाला काही तरी दाखवायचं राहून गेलंय. अहो, कालच सूटसाठी नवीन कापड घेऊन आलोय्. बसा हां, मी आता घेऊन येतो.

काळे : अप्पा, हे माझ्या प्रश्नाचं उत्तर नाही.

सोनटक्के : (शांतपणे) काळे, मी तुम्हाला यापूर्वीही अनेक वेळा बजावलंय. पर्सनल लाईफबद्दल चर्चा केलेली मला आवडत नाही.

काळे : होय, बजावलंस, तरीही मला ते जाणून घ्यायची इच्छा आहे.

सोनटक्के : पण का?

काळे : एक मित्र म्हणून.

सोनटक्के : आजकाल मैत्री कशी असते, सांगू? मित्र म्हणून सगळं ऐकून घ्यायचं. सगळं ऐकल्यावर दुःखाचे कढ आल्याचा आभास निर्माण करायचा. आणि दुसरे भेटले, की तिखटमीठ लावून त्यांचे कान फुंकायचे. मग खोटी सहानुभूती, थट्टा, अपमान... नाही, काळे,

मला हे सगळं सहन होत नाही. म्हणूनच माझं जे काही आहे, ते फक्त माझ्याजवळ आहे.

काळे : म्हणजे तू मलाही काही सांगणार नाहीस?

सोनटक्के : कधीच नाही.

काळ : थोडक्यात तू मलाही त्यांच्यांतलाच समजलास.

सोनटक्के : नाही. तुम्ही निश्चितच वेगळे आहात. फार वेगळे आहात. म्हणूनच आज माझ्या घरामध्ये आहात.

काळे : आणि तरीही तू मला सांगू इच्छीत नाहीस.

सोनटक्के : काळे, मला वाटतं, तुम्हाला उशीर होतोय. आता पुन्हा आपली भेट एक महिन्यानंतर. ठीक आहे.

काळे : समजलो. निघतो मी. पण एक गोष्ट सांगतो, अप्पा. मला तू माझ्या धाकट्या भावासारखा आहेस. हो तुझ्याबद्दल मला खूप जिव्हाळा वाटतो. तुझं हसणं पाहिलं ना, की त्या मागची दुःखाची गडद छाया माझं अस्तित्वच झाकोळून टाकते, रे. अरे वेड्या, किती वेळा तू माझा अपमान केलास, तरीही मी तुझ्याकडे पाठ फिरवली नाही, की तुला शिव्या देत फिरलो नाही. अप्पा, मी तत्त्वज्ञानी नाही तुला उपदेश करायला... किंवा आर्थिक मदत करायला मी धनाढ्यही नाही. तुझ्यासारखाच मीही एक सामान्य माणूस आहे. जीवनातील अनेक संकटांनी ग्रासलेला. कुतूहल म्हणून मला तुझं वैयक्तिक जीवन जाणून घ्यायचं नव्हतं किंवा सहानुभूतीही दाखवायची नव्हती. मित्र म्हणून तुझे दोन अश्रू मला पुसता आले असते, तर माझं मन आनंदून गेलं असतं. जाऊ दे. तुला नाही समजायचं ते. ते समजण्यासाठी आधी माणूस हो, अप्पा. निघतो मी. वहिनींना माझा नमस्कार सांग.

(सोनटक्केची अवस्था थिजल्यासारखी झालेली आहे. शरीरातून त्राणच नाहीसे झाल्यासारखी स्थिती.)

सोनटक्के : काळे (पुढे येऊन काळ्यांचे खांदे आपल्याकडे वळवून अतिशय हळव्या आवाजात) कसा सांगू तिला तुमचा नमस्कार? (काळे चकित) सांगा. कसा सांगू तिला नमस्कार? ती परत येणार नाही, हो.

काळे : का? का नाही परत येणार?

सोनटक्के : देवाघरी गेलेली माणसं कधीच परत येत नाहीत.

काळे : अप्पा... म्हणजे तुझी बायको?

सोनटक्के : वारली... अठरा वर्षं झाली.

काळे : ओह, सॉरी.

सोनटक्के : तुम्ही कशाला सॉरी म्हणता? हे सगळे खेळ खेळणारा तो देव कधीच सॉरी म्हणत नाही, की कुणाचे अश्रूही पुसत नाही. काळे, काही काही माणसं आयुष्यभर दैवाचीच शिकार होत राहतात.

काळे : असतीलही. पण, अप्पा, चांगल्याही गोष्टी घडतातच ना माणसाच्या आयुष्यामध्ये?

सोनटक्के : हाच नियम असेल, तर त्यालाही अपवाद आहे. मीच. तुम्हाला सांगतो, काळे, माझ्या लहानपणीच मला पोरकं करून माझे आई-बाबा गेले. काकांनी मला लहानाचं मोठं केलं, लग्न करून दिलं आणि तेही गेले. संसारातही मला सुख मिळालं नाही. कारण लग्नानंतर दोन वर्षांनी तीही गेली. पण... पण... एक मात्र तिनं माझ्यासाठी केलं. एक चालतीबोलती निशाणी ती माझ्यासाठी ठेवून गेली.

काळे : म्हणजे थोडं तरी सुख तुझ्या वाट्याला आलं. जगामध्ये कित्येक लोक असे आहेत, की तेवढंही त्यांच्या नशिबी नसतं.

सोनटक्के : सुख... (मोठ्यानं हसतो) हा माझा सूट पाहिलात? लग्नाच्या पहिल्या वाढदिवसाचा. बायकोच्या हट्टासाठी शिवला. पण ती गेल्यानंतर घालावासाच वाटेना. पंधरा वर्षं ट्रंकेत पडून होता.

काळे : का नाही वापरलात? तिच्या आत्म्याला फार बरं वाटलं असतं.

सोनटक्के : हॅट! आत्मा, पुनर्जन्म. या गोष्टींवर माझा अजिबात विश्वास नाही. पण तीन वर्षांपूर्वी या आपल्या ऑफिसमध्ये माझी बदली झाली. नवीन ऑफिसात जाताना जरा व्यवस्थित जावं, म्हणून सूट काढून ठेवला आणि आंघोळीला गेलो. बाहेर काही तरी धडपडल्याचा आवाज झाला. मी लगेच धावत येऊन पाहिलं, तर माझा मुलगा. मुन्ना माझे कपडे चढवण्याच्या खटपटीत तोल जाऊन पडला होता. अगदी निपचीत... त्याच्या डोळ्यांतून अश्रुधारा वाहत होत्या. असहायतेचा घाव त्याच्या वर्मी बसला होता. कारण... कारण... काळे... माझा मुन्ना जन्मतःच... अपंग होता.

काळे : बस झालं, अप्पा. बस. आय कान्ट बेअर इट्. प्लीज.

सोनटक्के : ऐकवत नाही ना? अहो, मी तर त्याचा बाप आहे, बाप. तो बरा

व्हावा, म्हणून पाण्यासारखा पैसा घालवला मी. बायको गेल्यावर एकच ध्येय होतं. बायकोची आठवण चांगली सुदृढ करायची. पण मानवी प्रयत्नांपेक्षा ईश्वरी संकेताची जोड त्याला हवी होती, हे मला समजलं नव्हतं. तो पडला ना, त्या दिवसापासून हा सूट पुन्हा ट्रंकेत गेला. कारण माझा मुलगा वयात आला होता. त्यालाही भावना होत्या. सूटबूट घालून ऐटीत मिरवायची त्यालाही हौस असणं स्वाभाविक होतं. पण त्याला ते करता येत नव्हतं. त्याच्या यातना माझं काळीज कुरतडत होत्या. म्हणून पुन्हा माझा गबाळा वेश आला. त्या दिवशी घरामध्ये नाही; पण युनिव्हर्सिटीच्या ग्राउंडवर बसून मी ओक्साबोक्शी रडलोय. रडून गबाळा झालेला चेहरा, मळलेला अवतार पाहून लिफ्टमननं माझा अपमान केला.

काळे : तो सामान्य माणूस. त्याचं काय एवढं मनाला लावून घ्यायचं? आता शांत हो पाहू. मनाला त्रास करून घेऊ नको.

सोनटक्के : नाही, काळे, आजपर्यंत कोणालाही मी त्रास दिला नाही. पण आज मला बोलू द्या. नाही तर उरी फुटून मरेन मी.

काळे : अप्पा... अरे... बरं, बरं. मी नाही अडवणार. बोल तू.

सोनटक्के : त्याच दिवशी संध्याकाळी मी घरी आलो, तर त्याची देखरेख करण्यासाठी ठेवलेल्या नोकरानं सांगितलं, की माझा मुन्ना दिवसभर जेवलाच नाही. मी धावतच त्याच्या खोलीत गेलो तेव्हा तो काय म्हणाला, माहीत आहे... म्हणाला, 'बाबा, मी असा लुळापांगळा; मनात असूनही मला हौसमौज करता येणार नाही. पण प्लीज, तुम्ही माझ्यासाठी स्वतःवर बंधन घालून घेऊ नका. मला नाही सहन होत.' असं म्हणून या... खांद्यावर डोकं ठेवून रडला. हो. माझा मुन्ना त्या दिवशी रडला... या खांद्यावर डोकं ठेवून... रडला.

काळे : आय नो... आय नो... त्या वेदना मला समजताहेत. आता शांत हो पाहू. कसलाही विचार करायचा नाही.

सोनटक्के : विचार तर केव्हाच संपलेत. आता फक्त स्मृती शिल्लक आहेत.

काळे : आता तर तो बरा आहे ना?

सोनटक्के : एकदम बरा आहे.

काळे : बस्स तर, आणखी काय हवंय्?

सोनटक्के : आता काहीच नकोय.

काळे : सध्या नर्सिंग होममध्ये ठेवलाय त्याला? कोणत्या?

सोनटक्के : नाही. तो वरती गेलाय. मला सोडून आपल्या आईला भेटायला

गेलाय.

काळे : काय?

सोनटक्के : हो... परवाच... खूप दिवस जाणार जाणार म्हणत होता. ज्या दिवशी तुमच्याकडे तुमच्या मुलाच्या वाढदिवसाची पार्टी होती ना, तेव्हाच. (काळे हतबुद्ध सोनटक्के अभिमानाने) काळेसाहेब, माझ्या मुन्नाला फार समज होती. आपल्यामुळं बाबा माणसातून उठलेत, हे त्यानं जाणलं होतं. म्हणून देवाकडं जायच्या थोडं आधी त्यानं हट्टानं हा सूट मला घालायला लावला. मनावर मणामणाचे दगड ठेवून मी सूट घालून त्याच्यासमोर उभा राहिलो, तेव्हा माझा मुन्ना काय म्हणाला माहीत आहे- म्हणाला, 'बाबा, खरंच तुम्ही खूप छान दिसता!' काळे, त्या वेळी त्यानं माझ्याकडून वचन घेतलं. 'हे घर सुंदर सजवायचं आणि मी असंच सुटाबुटात राहायचं, आनंदी राहायचं.' मी वचन दिलंय काळे माझ्या मुन्नाला; हो मी वचन दिलंय. खरं सांगू, काळेसाहेब, 'आपण सुटणार, या आनंदापेक्षा आपले बाबा या यातनांतून सुटणार', याच समाधानात तो गेला. तुम्ही मला वेडा म्हणाल... पण तो गेला, त्या दिवशी त्याच्या सर्व वस्तू त्याच्या आजूबाजूला मांडून मी दिवसभर त्याला नुसता पाहत बसलो होतो.

काळे : (रडवेले) जे देवाला मंजूर होतं, ते घडलं. अप्पा, अरे अशी निष्पाप माणसंच देवाला फार आवडतात.

सोनटक्के : काळे, मला समजत नाही, मरण हाच जीवनाचा शेवट असेल, तर माणूस जन्माला येतो तरी कशाला?

काळे : काय उत्तर देऊ तुला? पण माणसाच्या जीवनात अशा काही घटना घडतात, की त्याचं समर्थन करता येत नाही. त्या घटनांच्या परिणामांचे घोट नाक दाबून प्यावे लागतात आणि उघड्या डोळ्यांनी पाहावे लागतात. तेव्हा आता या आठवणी मिटवून टाक. त्यांची राख होऊ दे आणि नव्या उमेदीनं जगण्याचा पुन्हा प्रयत्न कर.

सोनटक्के : आठवणी... त्यांची राख... काळे, अहो...
धगमगून पेटली आहे, स्मशानात माझी चिता,
दुःखात जळालंय उभं आयुष्य, जळायचं राहिलंय काय आता?
केव्हाच झालीय स्वप्नांची होळी, आठवणी कोणत्याही नाहीत आता, भावनासुद्धा केव्हाच करपल्यात, राख कशाची करणार चिता? नाही, काळे, सगळं संपलेलं आहे. आता नवी उमेद

कसली... सगळं संपलंय...
(रडवेला झालेला)

काळे : नाही, काहीही संपलेलं नाही. तू पुन्हा उभा राहशील. आय नो. मला विश्वास आहे. तू पुन्हा उभा राहशील!

सोनटक्के : (भ्रमिष्टावस्थेत) होय, होय, मी पुन्हा उभा राहणार आहे. बघा... बघा... हे नवं नवं फर्निचर बघा... कसं एकदम पॉश आहे, नाही...? आणि हा सूट बघा. दिसतो ना मी नव्या नवऱ्यासारखा...? साहेब आहे मी, साहेब... अंतरंगापेक्षा बाहेरच्या वेषावर भाळणारी ही दुनिया आता मला सलाम करेल... तो लिफ्टवाला सलाम करेल... ऑफिसमधले कुणीही मला हसणार नाहीत... हो माझ्या मुन्नाला वचन दिलंय मी, घर सुंदर सजवायचं, सुटाबुटात राहायचं, आनंदात राहायचं. मी खूप आनंदी दिसतो ना? बोला, काळे, मी खूप आनंदी आहे ना?

काळे : होय, रे, अप्पा, तू खूपच आनंदात दिसतो आहेस.

सोनटक्के : मी आता खूप चैन करणार आहे... खूप खूप मजा करणार आहे. माझा मुन्ना मला सोडून गेलाय... माझं आयुष्य घट्ट आवळून धरणारी स्प्रिंग आता उडाली आहे. मी मोकळा झालो... (मोठ्यानं हसतो) मी निर्बंध आहे... मी निवांत आहे.

काळे : हे काय आहे, अप्पा... शांत हो... अप्पा, शांत हो.

सोनटक्के : अशा आनंदाच्या क्षणी शांत होऊ? अहो, माझा मुन्ना वरून पाहतो आहे... माझी बायको पाहते आहे... पाहा... पाहा... ते किती आनंदात आहेत... आणि अशा वेळी मी शांत होऊ...? या, काळे... तुम्हीही या.. माझ्याबरोबर नाचा... (नाचतो)... शिट्ट्या वाजवा...
(शिट्ट्या वाजवत असतानाच काळे हताश होऊन त्याच्याकडे पाहत आहेत.)

(पडदा)

ललितकलेच्या सहवासात

पु. श्री. काळे

नाट्य-चित्रकलेच्या प्रांतात यश आणि प्रसिद्धीच्या शिखरावर असलेल्या अनेक व्यक्ती 'पुश्रीं'च्या सहवासात आल्या. त्यात केशवराव भोसले ('ललितकलादर्श'चे मालक), बापूराव कोल्हटकर ('ललितकलादर्श'चे उत्तराधिकारी), सवाई गंधर्व (रामभाऊ कुंदगोळकर), नारायणराव राजहंस (बालगंधर्व), मामा वरेरकर (लेखक), बाबूराव पेंटर (चित्रकार), गोविंदराव टेंबे (पेटीवादक), बशीरखाँ (गायक), गोपाळराव गो. फाटक, बाबूराव देवभक्त. अशा कलेच्या प्रांतात विहरत असलेल्या दिग्गजांचे व्यक्तिचित्रच 'पुश्रीं'नी नेमक्या आणि मोजक्या शब्दांत व्यक्त केले आहे. या व्यक्तिचित्रणात त्या त्या व्यक्तीचे गुण दिलखुलासपणे वर्णिले आहेत, तसेच दोषही लपविले नाहीत; तेही परखडपणे स्पष्ट केले आहेत. या सर्व महान व्यक्तींच्या आवर्जून जपलेल्या आठवणी, किस्से थक्क करणारे आहेत...